D1771065

நகுலன்

நகுலன்

தேர்ந்தெடுத்த சிறுகதைகள்

தேர்வும் தொகுப்பும்
ஆ.பூமிச்செல்வம்

டிஸ்கவரி பப்ளிகேஷன்ஸ்

எண்: 9, பிளாட் எண்: 1080A, ரோஹிணி பிளாட்ஸ்
முனுசாமி சாலை, கே.கே.நகர் மேற்கு,
சென்னை - 600 078. பேச: 99404 46650

வெளியீட்டு எண்: 0417

நகுலன்

தேர்ந்தெடுத்த சிறுகதைகள் (சிறுகதை)
தேர்வும் தொகுப்பும்: ஆ. பூமிச்செல்வம்©

Nagulan Thernthedutha Sirukathaigal (Short story)

Compiled by: A.Bhoomi Selvam ©
Print in India

First Edition: Jan - 2019
Second Edition : December-2024
ISBN: 88-ISBN: 978-93-86555-88-5
Pages - 88
Rs. 120

Publisher • Sales Rights

Discovery Publications	Discovery Book Palace (P) Ltd
No. 9, Plot,1080A, Rohini Flats, Munusamy Salai, K.K.Nagar West, Chennai - 78. Tamilnadu, India. Mobile: +91 99404 46650	No. 1055-B, Munusamy Salai, K.K.Nagar West, Chennai-600 078. Mobile: +91 87545 07070

discoverybookpalace@gmail.com / www.discoverybookpalace.com

இந்த நூலில் பிரசுரமாகியுள்ள எந்த ஒரு பகுதியையும் எழுத்துபூர்வமான முன்அனுமதி பெறாமல் எடுத்தாள்வதோ, மறுபிரசுரம் செய்வதோ, மொழியாக்கம் செய்வதோ, ஊடகங்களில் மறுபதிப்புச் செய்வதோ, காப்புரிமைச் சட்டப்படி தடை செய்யப்பட்டுள்ளது. இந்த நூலிலிருந்து சில பகுதிகளை மேற்கோள்காட்டி நூல்அறிமுகம் செய்யலாம்.

உங்கள் மொபைல் போனிலிருந்து ஸ்கேன் செய்து 'டிஸ்கவரி புக் பேலஸ்' மொபைல் ஆப்பை டவுன்லோடு செய்து, புத்தகங்களை வாங்குங்கள்.

நகுலன் எனும் அழியாச்சுடர்

டி. கே.துரைஸ்வாமி எனும் பூர்வதேய நாமங்கொண்ட நகுலன், தமிழகத்தில் பிறந்து, நவீன எழுத்தாளராக உருத்திரிந்து, கேரளத்தில் நிலைகொண்டவர். நாவல், சிறுகதை, கவிதை, கட்டுரை, விமரிசனம், நூற்தொகுப்பு, மொழிபெயர்ப்பு, சிறுபத்திரிகை என நவீனத் தமிழிலக்கியத்தின் பல்வேறு தளங்களிலும், அரை நூற்றாண்டுக் காலத்திற்கும் கூடுதலாகக் காத்திரமாக இயங்கியவர். நகுலன், 'உரக்க மந்திர உச்சாடனம் செய்யாத, வான்மீகம் மூடியே வளர்ந்த தத்துவ ஞானி, வாய்வீரம் பேசாத வாள்வீச்சுக்காரன், மணம் உள்பொதிந்த விடிகாலையின் பாதிவிரிந்த மலர்; இன்னார்போல் அவர்... என்று எடுத்துக்காட்டிடவே முடியாத தத்துவப் பேழை' எனப் படைப்பாளர் ஆ.மாதவனால் போற்றப்படுகிறார். '

கும்பகோணத்தில் பிறந்த நகுலன், திருவனந்தபுரத்தில் பரவியிருந்த குடும்ப உறவுகளால், செழித்து மேம்பட்டிருந்த செல்வச் செழுமையால், 'மஹாராஜாவின் பக்கத்து வீட்டுக்காரராக இருப்பதற்கான வாய்ப்பினைப் பெற்றவர். உலகாயத தேடல்களிலிருந்து முற்றிலும் விலகிய இவர் இலக்கியத்தில் தீவிரத்துடன் செயல்பட்டார். இவர்தம் படைப்புப் பிரதிகள் யாவற்றிலும், இவரின் வாழ்வனுபவங்கள் புனைவாக்கமாக உருப்பெற்றுள்ளன. அன்றாட நடைமுறை வாழ்க்கை, படைப்பு வாழ்க்கை என்கிற இவ்விரு தளங்களிலும் அசலான சொந்த முகத்தை மட்டுமே காண்பித்தவர். இது, 'தமிழ்ப் படைப்புலகிற்குப் புதியதோர் அனுபவம்'. "நான் எதை எழுதினாலும், எழுதுவதனைத்தும் என்மூலமாக வந்து, நானாகத்தானே

விரிகிறது!" என்ற இவர், தமிழில் அசலான 'சுயசரிதைப் புனைகதை வகைமைக்கு முன்னோடி'யாகவும் அமைந்தவர். மொழிக்குப் பிடிகொடுக்காத மானுட வாழ்நிலையின் புதிர்வெளிப் பாதைகளை தனித்துவமான புனைவுப் பிரதிகளின்வழி தெளிவுபடுத்தியதால், 'எழுத்தாளர்களின் எழுத்தாளர்' என, நவீனத் தமிழ்ப் படைப்பிலக்கியச் சூழலில் அறியப்பட்டவர்.

நகுலனின் எழுத்துகள் மானுட வாழ்நிலைபற்றிய வெள்ளை அறிக்கையாகவே இன்றளவிலுங்கூட விளங்கிவருகின்றன. கற்பித்தலும் கற்றலும் இவரது மரபுவழி ஆளுமையில் ஒரு பகுதி என்பதாலேயோ என்னவோ, எழுத்தும் எழுத்தாளர்களும் இவரது பிரக்ஞையை சதாநேரமும் ஆக்கிரமித்தபடியாகவே இருந்து வந்திருக்கின்றனர். இவரது தூண்டுதல்களினாலும் தாக்கத்தினாலும் பல படைப்பாளர்களும் வாசகர்களும் தமிழ்ச்சூழலில் உருவாகியிருக்கிறார்கள். நகுலனுடைய படைப்புகளும், ரசனை முறைமையும் ஒருவித தொற்றும் தன்மைகளைக்கொண்டே காலந்தோறும் இருந்து வந்திருக்கின்றன. எனவேதான் இவரை, இவர்தம் படைப்பாக்கப் பிரதிகளைப் புரிந்துகொள்ள இயலாதவர்களும்கூட, இவரின் எழுத்துகளைப் போற்றி, ஆராதித்துவருகிற ரஸவாதம் இன்றளவிலுங்கூட தொடர்கிறது. இவருக்கு 'அறிவார்ந்த அகம்பாவம்' என்பது, என்றும் இருந்ததேயில்லை என்கிறார், இவருடன் நெருங்கிப் பழகிய ப.கிருஷ்ணசாமி.

நகுலன், பொதுவெளியில் சிறுபத்திரிகை வட்டத்தில் சிறந்த கவிஞராக அடையாளம் காணப்பெறுவது ஒருபுறமிருப்பினும், பத்துப் புதினங்களையும், சோதனை முறையிலான முப்பத்து இரண்டு சிறுகதைகளையும் புனைந்துள்ளவிதத்தில், முக்கியமான படைப்பாளியாக இருக்கிறார். யதார்த்த வாழ்வில் தொடர்ந்த இழப்புகளால் விழைந்த, கணக்கற்ற கையறுநிலைத் தன்மைகளுக்கு, மொழி வடிவமும் புதுவித உள்ளடக்க உயிர்ப்பும் சிறுகதைகளின் வாயிலாகத் தந்துள்ளார் நகுலன். அவருடைய கதைப் பிரதிகளில் நவீனன், எஸ்.நாயர், டேவிட் துரைசாமி என்கிற கதாபாத்திரங்களை தானே ஏற்று நடப்பதுடன், சக எழுத்தாள நண்பர்களான கிருஷ்ணன் நம்பி, சுந்தர ராமசாமி, க.நா.சு., ஷண்முக சுப்பையா, நீல.பத்மநாபன் முதலானோரைச் சாரதி, கேசவ மாதவன், நல்லசிவன் பிள்ளை, சிவன், தேரை எனக் கோட்டுருவப் பாத்திரங்களாக மாற்றி, உயிர்ப்புடன் உலவவிடுகிறார். இவரின் பிரதிகளில் அழகிய கனவாக, அற்புத வசீகரியாக இழையோடி வருகிற 'சுசீலா'வை இவர், மௌனியிடமிருந்து பெற்றுள்ளார். பின்னர், 'மானசீக மனோகரி'யாக மாற்றியுள்ளார். குறிப்பாக, 'சுசீலா' எனும் கொல்லிப்பாவையை, குறியீட்டுருவமாக ஆக்கி, அதை தன்வயப்படுத்தி, அதனுள் தானும் கரைந்து, காலாகாலமும் அதற்காகவே தனித்து வாழ்ந்துள்ளார்.

நகுலனின் படைப்புப் பயணம், யாராலும் பின்தொடர முடியாத, பிரதியெடுக்க இயலாத புதிர்வெளிப் பயணமாக நீள்கிறது. "எழுத எழுத எழுத்து அழிகிறது; வாசிக்க வாசிக்க வாசகன் தொலைகிறான்" எனப்

புதியதொரு படைப்பு மற்றும் வாசிப்புச் சூத்திரத்தை தமிழ்ப் புனைகதை படைப்பிலக்கியத் தடத்தில் உருவாக்கிய நகுலன், “எழுத்து விஷயத்தில், அர்த்தம் பூஜ்யமாவதில்தான் அர்த்தம் உருவாகிறது” என்று சுட்டியுள்ளார். வாசகர் பழகிக் களைத்துப்போன உருவங்களையும் அம்சங்களையும் சிறுகதைகளில் பயன்படுத்தக் கூடாது என்கிற உத்தியை நகுலன் கையாண்டுள்ளார்.

‘எந்தவொரு படைப்பாளியாக இருப்பினும், மொழிக்குப் பிடி கொடுக்காத வாழ்நிலையின் புதிர்ப்பாடுகளை தெளிவுபடுத்தத்தான் எழுதுகிறார். கதைக்கான சம்பவங்களைக் கோர்வைப்படுத்துவதிலும், கதாமாந்தர்களை உத்திபூர்வமாக வனைவதிலும் மட்டுமே கவனம் செலுத்தின், படைப்பதற்கான சாத்தியப்பாடுகள் கைகூடாமல் போய்விடும். நகுலன், தனது சிறுகதைப் பிரதிகளில் அதிபுனைவுகளைத் தவிர்த்து, தெளிவான கதாம்சத்தின் கலப்பில்லாமல் பார்த்துக்கொண்டு, நேரற்ற கதைகூறலை விடுவித்து, கலைத்துப்போடுதல் உத்தியையும் கைக்கொண்டுள்ளவிதத்தில் அவை காலங்கடந்தும் வாசிப்பதற்கான வசீகரத்தைக் கொண்டிக்கின்றன. இத்தொகுப்பிலுள்ள பதினாறு கதைகளையும் தனித்தனியே வாசித்தால் சிறுகதைகளாகவும், ஒருசேர வாசித்தால் நாவல்போலவும் உருமாறுகிற இரஸவாத திறனையும் பெற்று தனித்திருக்கின்றன.

சவப்பெட்டி தயாரிக்கிற இடத்தை கதைக்களானாக்கி, அதைத் தயாரிக்கிற ஒருவனை மாந்தராக மாற்றி, மானுடத்தின் பிறப்பிற்கும் இறப்பிற்குமான இடைவெளியை, அனுபவங்களால் இட்டுநிரப்பிட முயற்சித்துள்ளவகையில், இக்கதை வாசகருக்கு நெருக்கமானதாகிவிடுகிறது. இதன் தொடர்ச்சிபோல அமைந்திருக்கிற விதத்தில் ‘அழைப்பு’ என்ற கதை அடுத்ததாக வைக்கப்பட்டிருக்கிறது. “எழுத்தும் எண்ணமும் என்று முடிகின்றனவோ, அன்றுதான் என் கடைசி அத்தியாயமும் முடியும். அதுவரையில் நான், என் வீட்டுவாசலில் நின்றுகொண்டு, வருபவரையும் செல்பவரையும் பின்தொடர்ந்து மடங்கி, உட்சென்று உய்கிறேன்” எனச்சொல்லி முடியும் கதை, பூடகமாக சவப்பெட்டியை நோக்கிய பயணத்தைத் தொடங்கிடும் உணர்வைக் கிளர்த்துகிறது

நகுலன் பெரும்பாலான கதைகளை, மனப்பிறழ்வுநிலையைக் கொண்டு நேர்த்தியாகக் கட்டமைத்திருக்கிறார். நகுலனின் மனப்பிறழ்வுசார்ந்த அனுபவமே அவரின் படைப்புசார்ந்த வார்ப்புகளாகவும் அமைந்திருக்கிறது. இதற்கு சான்றுதான் ‘என் பெயர் வைத்தியநாதன்’ என்ற கதை. நகுலனின் சிறுகதைகள் எனின், பலரும் அவற்றுள் பிரத்யேகமாகச் சுட்டுவது ‘ஒரு ராத்தல் இறைச்சி’ கதையைத்தான். மேலோட்டமாக நாய்க்கும் அதை வளர்ப்பவனுக்குமான இடைவினை பற்றிய விவரணை செய்வதுபோல தோற்றங்காட்டினும், படைப்பாளனுக்கும் படைப்பிற்குமான உறவுநிலையை, கையகப்படுத்தமுடியாத படைப்பாளியின் கையறுநிலையைப் புலப்படுத்தியுள்ளது. இதனையடுத்து அமைகிற ‘சிப்பி, குழந்தைகள்,

எட்டு வயதுப்பெண் குழந்தையும் நவீன மலையாளக் கவிதையும்' போன்ற கதைகள் ஒருவிதத்தில் 'குழந்தைமை' என்கிற ஒற்றைச்சரட்டில் வைத்துப் பின்னப்பட்டுள்ளவையாக இருக்கின்றன. இவ்வுலகில் குழந்தைகள் மட்டும்தான் அதி உன்னதர்கள்; மானுட உறவுநிலையில், முதலில் ஒருவித விளையாட்டு வஸ்துக்களாகவே வார்த்தெடுக்கப்படுகிற இவர்கள், பின்னர் வளர்ந்துவரும் சூழலில், தம்மை உருவாக்கியவர்களுக்கிடையிலாக ஏற்படுகிற இடைவெளிகளை இட்டு நிரப்புகின்றனர்.

நிரந்தரமான தனிமை, முதுமை, வாழ்வனுபவங்கள் தந்த கசப்பு, ஏங்கித்தவிக்கிற மனம், வாய்விட்டுக் கேட்கத்தயங்கும் குணம், யாருமற்ற, உள்ளொடுங்கிப் போயிருக்கிற வாழ்நிலை, வறுமை, நோய், மரண பயம் முதலான நெருக்கடிகள், நசிவுறுகிற மனோநிலை ஆகியன நகுலனின் கதைகளில் முக்கிய இடம்பெற்றுள்ளன. தனிமையும் வெறுமையும் சேர்ந்து கிளர்த்துகிற மரணங்குறித்த உணர்வு ஈர்ப்பின் வெளிப்பாட்டைச் சித்திரிப்பனவாகவுள்ள 'நிலக்கடலையும் பீடித்துண்டுகளும்' பிரிவு, சாயைகள்; முதுமையும் நிர்கதி நிலையும் தூண்டுகிற மனப்பதற்றங்களைச் சுட்டுவதாக இருக்கிற 'காலி அறை', தனிமைப்பட்ட வாழ்வால் உருவான இலக்கற்ற நிலைமையை, பற்றற்ற வாழ்வுமுறையை, அர்த்தமற்ற எண்ணப்போக்கை காட்சிப்படுத்துவதாக அமைகிற 'கயிற்றரவு' ஆகியவை அவரது சுயசரிதையைப் பகர்கிற கதைகள்.

நகுலனின் அகவுலக மறைவுப் பிரதேசங்களை சலனமுடன் வெளிப்படுத்துபவையாக அமைந்திருப்பவை, 'சுசீலா' எனும் தன் 'ஆத்ம ஸ்நேகிதி'யை எழுத்து எனும் ஊடகம்வழி ஆகர்ஷிக்க எத்தனிப்பதை விவரணை செய்கிற கதைகள். "அன்புடைய சுசீலாவுக்கு, எப்போதும் உன் ஞாபகம்தான்... நானும் நீயும் வெவ்வேறு தளத்தில் இருக்கிறோம். "என் சுசீலா, உன்னை எப்போதுமே பார்த்துக்கொண்டே இருக்கவேண்டும் என்கிற இந்த என் உள்நாட்டம். என் எதிரில் நீ இல்லாவிட்டாலும் என் உள்ளே நீ இருக்கிறாய். எழுத்துதான் என் மையம் என்பது உனக்குத் தெரியும்தானே! பல வழிகளில் நான் செல்லா நாணயமாகிவிட்டேன் என்றாலும், இதே எழுத்து இருக்கின்றவரை... நான், என் வாழ்க்கையைக் கடந்துவிடுவேன். பலரும் என்னிடம் கேட்டிருக்கிறார்கள். 'எப்பொழுதும் சுசீலா, சுசீலா என்று எழுதுகிறீர்களே, யார் இந்த சுசீலா?' என. எனக்கு என்ன பதில் கூறுவது என்று தெரியவில்லை! முதன்முதலில் நீ என்னைக் கவர்ந்தது, என் நினைவு சரி என்றால், 'மௌனி'யின் ஒரு கதைமூலம்தான் என்று நினைக்கிறேன். ஏன், ஒரு கதை என்று சொல்லவேண்டும்? 'நினைவுச்சுவடு', 'பிரக்ஞைவெளி' என்கிற கதைகளில் அவள் வருகிறாள்... என்னுடைய பல சிறுகதைகளில் சுசீலா வந்துகொண்டும் போய்க்கொண்டும் இருப்பாள். அப்பொழுதெல்லாம் நான் இருக்கமாட்டேன். அப்படியென்றால்?" எனக் கதைகளின்வழி விரிந்துபரவுகிற நகுலனின் உணர்வுச் சில்லிடல்கள் வெறும் கதையாடல் மட்டுமல்ல; கனபரிமாணம் பொருந்திய அவரின் ஆழ்மன

வெளிப்பாடுகளே. வாழ்வதற்கான அதிவிருப்பமும், வாழ்க்கைமீதான அதீதநேசிப்பும் இம்மண்ணில் உயிர்களாகப் பிறந்துவிட்ட ஒவ்வொரு ஜீவனுக்குள்ளும் உள்ளுறைந்தே உள்ளன என்பதற்குக் கட்டியங்கூறும் கதையாடல்கள்தான் இவை. இவ்வுணர்வுகளுள் ஏதேனும் ஒன்று ஈடேறாமல் நழுவுகிற பட்சத்தில்தான் வாழ்தல்மீதான பற்றானது, அக்குறிப்பிட்ட உயிரைப் பொறுத்தளவில் கேள்விக்குறியாகிவிடுகிறது.

'வெயில்', 'காக்கை குருவி எங்கள் ஜாதி', 'கடிதம்', 'அசுவத்தம் என்றொரு மரம்' போன்ற கதைகளில் இழையோடுகிற நகுலன், சுசீலா உளவுநிலையை அணுகும்போது, 'சுசீலா' என்கிற காதலுணர்வின் குறியீடானது, நகுலனுக்கு வெறும் காட்சிப்பிழையாகத் தோற்றங்காட்டி, கடைசிவரை கையகப்படாத மனநிழலாக மட்டுமே படிந்து, ஒருகட்டத்தில் இருவரும் வேறுவேறல்ல; ஒன்றிலிருந்து பிறந்த, பிரிந்த மற்றொரு ரூபந்தான் என மினுக்கிட்டு, பின்னர், மன ஆழத்திற்குள் சென்று படிந்துவிடுகிறது. பின்னர் 'இகரமுதல்வி'யாக, 'கொல்லிப்பாவை'யாக, 'குதம்பைப் பெண்'ணாக விதவிதமான தோற்றவுருக்கொண்டு, வெவ்வேறான பிரதிமைகளாகக் காட்சி ரூபம்பெற்று, பெரும்பான்மையான கதைகளுக்குள் மனநிழலாக, அபூர்வசாயையாக உலவுவதென்பது தவிர்க்கமுடியாததாகி விடுகிறது.

நகுலனின் கதைகளினூடான வாசிப்பு அனுபவங்களைப் பகிர எத்தனிக்கிற சூழலில், அவற்றின் உள்ளடக்கப் பொருண்மைகள் கவனத்தில் கொள்ளப்பட்டிருக்கின்றன. நவீன உலகில், மானுட வாழ்நிலைகளினூடே நிலவுகிற சிக்கல் சிடுக்குகளை, அவற்றைவிடவும் நவீனமான மொழியாளுகையைக் கொண்டு, கதைகளாக மாற்றித் தந்துள்ளவகையில், நகுலனின் இடம் தனித்துமனது. இவ்விதக் கதைசொல்லல் முறையென்பது தமிழுக்குப் புதிது. மாயாஜால வித்தகருக்கு நிகரான தொழில்நுட்பத்தை, நகுலன் சிறுகதைப் படைப்புவெளியில் கையாண்டிருக்கிறார்.

ஒரு நூற்றாண்டைக் கடந்து, பயணிக்கிற தமிழ்ச் சிறுகதைப் படைப்புவெளியில், வெகுஜன எதிர்பார்ப்புகளுக்கு வசப்படா புனைவுநிலை; வாசிக்குந்தோறும் தீராத அனுபவங்களைக் கிளர்த்துகிற லாவகம்; கனவும் நனவும் கலந்து பிணைந்து, கதைகளாக விரிகிற புனைவெளி; காலம், இடம் மட்டுமல்லாமல், கதாமாந்தர்களும்கூட கலைத்துக்கலைத்து அடுக்கப்படுகிற ரஸவாதம் என, நகுலனின் கதைகள் வாசக மனோவுலகில் மாயச்சுருள்களாக விரிந்திருப்பது அவற்றின் கதைகளின் சிறப்பம்சம்

கைதேர்ந்த கலைஞன், தன் படைப்புகளுக்கான மூலதாதுக்களைப் பெரும்பாலும், தான் நீக்கமறப் பிணைந்திருக்கிற சமூகவெளியிலிருந்தே தருவித்துக்கொள்வான் என்பதும், சமூக இயங்கியலின் வழி, அவன் சுவீகரித்துக்கொள்ளும் அனுபவக்கிளர்வே, படைப்பின் வேராக அமையும் என்பதும், படைப்புச் சூழலைப் பொறுத்தவரை பெரும்பாலானோர் கொண்டிருக்கிற பொதுஅபிப்பிராயம். இவ்விதப் பொதுவான

சட்டகங்களிலிருந்து விடுபட்டு விலகியுள்ளவராகவே சிறுகதைப் படைப்புவெளியில் நகுலன் இருக்கிறார். நகுலன் கதைகளுக்கான கருக்களைச் சமூகவெளிகளில் தேடியலையாமல், தன்னுள்ளிருந்தே கிளர்த்தி, அவற்றிற்குக் கதைவடிவமும் கொடுத்திருக்கிறார். அவரது வாழ்க்கைப் பாதையில் எதிர்கொண்டு பெற்ற ஆசைநிராசைகள், ஏக்கங்கள் எதிர்பார்ப்புகள், விரக்திகள்விரிசல்கள், அசௌகரியங்கள்அழிவுகள், அகமன நெருக்கடிகளில் இருந்து விடுபாடு பெறுவதற்கான எத்தனங்கள் முதலான அம்சங்களே கதைகளின் மைய இழைவுகளாகியுள்ளன.

1991ஆம் ஆண்டுவாக்கில், 'கல்குதிரை நகுலன் சிறப்பிதழில்' நவீனப் படைப்பாளுமையான கோணங்கி எழுதியிருந்த 'நகுலன் இறந்துவிட்டபின்பும் ஒலிநாடா ஓடிக்கொண்டிருக்கிறது' எனும் ஒரு புதிர்வெளிக் கதையாடல்வாயிலாக முதன்முதலாக எனக்கு நகுலன் அறிமுகமானார். 1998இல் கேரளப் பல்கலைக்கழக தமிழ்த்துறைத் தலைவர் கி.நாச்சிமுத்துமூலம் நகுலனை, திருவனந்தபுரம் கௌடியார் வீட்டில் சந்தித்தேன். அதன்பிறகு, அவரின் கதைகள்மீதான வாசிப்பு என்னிடம் அடுத்தக்கட்டத்தை அடைந்தது. அவர் எழுதியுள்ள முப்பத்தி இரண்டு கதைகளில் பதினாறு கதைகளைத் தொகுத்திருக்கிறேன்.

நகுலன் தேர்ந்தெடுத்த சிறுகதைகள் நூலை, சிறப்பான முறையில் வெளியிடும் டிஸ்கவரி புக் பேலஸ் பதிப்பகத்தினருக்கு நன்றி.

ஆ.பூமிச்செல்வம்
மதுரை

உள்ளடக்கம்

தெரு சொன்ன கதை	13
அழைப்பு	21
என் பெயர் வைத்தியநாதன்	24
ஒரு ராத்தல் இறைச்சி	30
சிப்பி	35
குழந்தைகள்	39
வெயில்	46
நிலக்கடலையும் பீடித் துண்டுகளும்	50
பிரிவு	53
சாயைகள்	57
கயிற்றரவு	59
எட்டு வயது பெண் குழந்தையும் நவீன மலையாளக் கவியும்	62
காக்கை குருவி எங்கள்	66
காலி அறை	73
கடிதங்கள்	75
அசுவதம்	80

தெரு சொன்ன கதை

இந்த ஊருக்கு வந்து துல்லியமாகப் பதினான்கு வருஷங்களாகிவிட்டன. இங்கு வந்துதான் நான் பள்ளிக்கூட இறுதி வகுப்பில் சேர்ந்தேன். பிறகு நான்கு வருஷங்கள் கல்லூரியில் படித்துவிட்டு, ஒரு பாங்கில் ஐந்து வருஷங்கள் வேலை பார்த்துக் கொண்டிருந்தேன். பிறகு அந்தப் பாங்கின் கிளை ஆபீஸ் எங்கள் ஊரில் மூடவே கடைசியாகப் பாங்கு முழுவதையுமே நிறுத்திவிட்டார்கள். தொடர்ந்து மேல் படிப்பிற்காகச் சிதம்பரம் போய்த் திரும்பி வந்து இங்கு இப்பொழுது இந்த ஊரில் ஒரு கல்லூரியில் ஒரு உதவி ஆசிரியர் வேலையில் அமர்ந்திருக்கிறேன்.

என் பெயரையோ ஊரின் பெயரையோ நான் சொல்ல விரும்பவில்லை. எனக்குத் தோன்றுகிறது. 'இன்று இங்கு இப்பொழுது இந்த ஊரில்' என்று சொல்வதில் ஒரு தாத்பரியம் இருக்கத்தான் செய்கிறது என்று. ஏனென்றால் பண்டு பூத்த இந்த அண்டம் என்றும் புதுமையுடன் விளங்குகிறது. அதை விளக்கத்தான் இந்தத் தெரு சொன்ன கதையை நான் எழுதுகிறேன்.

துல்லியமாகப் பதினான்கு வருஷங்களுக்குப் பிறகுதான் எனக்கு இந்தத் தெரு காட்சி அளித்தது என்று சொல்ல வேண்டும். இந்தப் பதினான்கு வருஷங்களில் பதினேழு தடவையாவது நான் இந்தத் தெரு வழியாகப் போயிருப்பேன் என்று சொல்ல முடியாது. போன நான்கு ஐந்து தடவைகள்கூட நின்று நிதானமாகப் போயிருக்க மாட்டேன். எனவே ஊன்றிப் பார்த்ததும் கிடையாது இந்தத் தெருவை. ஆனால் துல்லியமாகப் பதினான்கு வருஷங்களுக்குப் பிறகு இன்று இந்தத் தெரு என் பார்வையை இழுத்தது.

இதற்கு முன்பாக இந்தத் தெரு என தினசரிப் பாதையைக் குறுக்கிட்டதில்லை. நான் வேலை பார்க்கும் கல்லூரி, நான் வழக்கமாகப் போகும் நூல் நிலையம், வருஷத்திற்கு இரண்டு மூன்று தடவை போகும் கடைத் தெரு, இவைகளையெல்லாம் விட்டு விலகி தனியாக அந்தப் பாதை கிடந்தது. ஒரு தடவை என் மனதைக் கவர்ந்த ஒரு

தேர்வும் தொகுப்பும்: ஆ.பூமிச்செல்வம் 13

இலக்கிய ரசிகன் வேறொருவருடன் பேசிக் கொண்டு சென்றதை நான் அந்தப் பாதையில் பார்த்திருக்கிறேன். அப்பொழுதெல்லாம் அவன் ஒல்லியாக, உயரமாக, இலக்கியப் புத்தகங்கள் இவைகளைப் பற்றி ஒரு உத்வேகத்துடன் பேசி வருவான். ஆனால் அவன் இப்பொழுது தர்மபுரியில் ஒரு மாஜிஸ்டிரேட் வேலை பார்த்து வருகிறான். இப்பொழுதும் அவனுக்கு இலக்கியத்தில் ருசி இல்லை. மனிதனின் முன்னேற்றத்தைப் பற்றி நம்பிக்கையில்லை என்று சொல்ல முடியாது. ஆனால் அவன் முகத்தில் ஒரு பாவம் - புதிதாக வந்த ஊரில் அந்த ஊரில் தனது நெருங்கிய தோழன் ஒருவன் அவனை ஊர் காண்பிக்கச் செல்வதாக வலிய அழைத்துச் சென்று இந்த நாற்சந்தியில் தான் உடனே திரும்பி வருவதாகச் சொல்லிவிட்டுப் போனவன் வராமல் இருந்த ஒரு ஏமாற்ற உணர்ச்சி, அவன் முகத்தில் பிரதிபலித்தது. இன்று இப்பொழுது எனக்குத் தோன்றுகிறது அந்தக் கற்பனை நாற்சந்தி இந்தத் தெருவுடன் ஒரு அற்புத உறவை வைத்துக் கொண்டிருப்பதாக இன்னும் ஒரு நினைவு. இந்தத் தெருவில் எனது தூரபந்து என்னைவிட எவ்வளவோ படிகளில் தாழ்ந்தவன் ஒரு புத்தகக் கடையில் வேலையாக இருந்தான். அந்தத் தெருவில் இருப்பான் என்ற உணர்வு வருமே தவிரக் கடையில் ஏறி நான் ஒரு நாளாவது அவனைப் பார்த்ததில்லை. இன்று அவன் அந்தத் தெருவில் அந்தக் கடையில் வேலையில் இல்லை. உறவுகளையெல்லாம் ஒட்ட அறுத்துவிட்டு ஒரு சாந்தியின் ரூபம் தரித்த ஒரு உருவம்தான் இந்தத் தெரு என்றுகூட எனக்குச் சொல்லத் தோன்றுகிறது. "ஏன் ஸார். இந்த உலகில் உங்களுக்குத் தெரிந்தவர்கள் அனைவரையும், அவர்கள் வீடு ஏறி, தினம் விசாரித்து விட்டு அவர்களிடம் விடை பெற்றுக் கொண்ட பிறகுதான் உங்கள் வீட்டிற்குச் சாப்பிடப் போகிறீர்களா" என்ற கேள்வியும், "காலதேவன் கிட்ட நெருங்கிய உறவையெல்லாம் சந்தர்ப்பம் நெருங்குகையில் எட்ட உதறி ஒரு அர்த்தமற்ற பிணைப்பை மீண்டும் இணைக்கிறான் அல்லவா?" என்று தொடர் கேள்வியும் இந்தத் தெருவில் போகும் பொழுதுதான் என் மனதில் உதிக்கின்றன.

சிந்தனையில், உணர்ச்சிக் குழம்பில்தான் இந்தத் தெரு உருவம் பெறுகின்றது. பதினானன்கு வருஷங்களுக்குப் பிறகு நேற்று இந்தத் தெரு வழியாக நான் சென்ற பொழுதுதான் என் கண் திடீரெனத் திறந்தது என்று சொல்ல வேண்டும். நேற்று ஏன் அவ்வாறு நடக்க வேண்டும் என்றால் எனக்குப் பதில் தெரியாது. யோசிக்காத வேளையில், எதிர்பாராத சமயங்களில் திடீரென்று கதவுகள் திறக்கின்றன. நாம் உட் செல்கின்றோம். அவ்வளவுதான், முன்பின் தெரியாத ஒரு மனிதன், அர்த்த சூன்யமாக இருந்த ஒரு வெறும் தெரு, ஒரு மனிதன் போனபின் எஞ்சிவிட்ட சூன்யம் இவை போன்ற பல விஷயங்கள் நம்மை வாழ்வு முழுவதும் பாதிக்கலாம்.

நேற்று என்னவோ என் கவனத்தை அந்தத் தெரு அவ்வாறு கவர்ந்தது. ஒரு பெண்ணை வர்ணிக்கையில் நமது கீழ்நாட்டுக் கவிகள் இருவகைகளைக் கையாண்டனர். கேசாதி பாதம், பாதாதி கேசம், ஆனால் ஒன்று ஒரு பெண்ணைப் பார்க்கையில் ஒரு குறிப்பிட்ட லாவண்யம் நம் கவனத்தை இழுக்கும் பிறகு நாம் அவள் முழு ரூப சௌந்தர்யத்தையும் புரிந்து கொள்ள முயல்கிறோம். அதைப்போல் இந்தத் தெருவில் இடது சாரியின் நடுவில் இருந்த ஒரு கடைதான் என் கவனத்தைக் கவர்ந்தது.

சாதாரணமான ஒரு கடை. விளம்பர முறையில் ஒரு காப்பிக் கலர் பலகையில் மஞ்சள் எழுத்துகளில் இந்த ஊர்ப் பாஷையில் அக்கடை வியாபாரத்தைப் பற்றிய சில தகவல்கள் கொடுக்கப்பட்டிருந்தன. அந்தத் தகவல்களைப் படித்த பிறகுதான் நான் அந்தத் தெரு முழுவதையுமே நின்று நிதானமாக உற்று நோக்கி ஊன்றி உள்ளத்தில் பதித்துக் கொண்டேன்.

இந்த ஊரில் நான் வந்து பதினாலு வருஷங்கள் ஆகிவிட்டாலும், நான் வெகு அண்மையில்தான் இந்த ஊர்ப் பாஷையைக் கற்றுக்கொள்ள ஆரம்பித்தேன். சாதாரணமாக எல்லா விஷயங்களுக்குமே ஆங்கில அறிவு போதும். ஆனால் இந்தக் கடையில் தகவல்கள் இந்த ஊர்ப் பாஷையில் கொடுக்கப்பட்டிருந்ததைப் படித்தவுடன்தான் எந்தப் பாஷைக்கும் ஒரு அர்த்தத்தைக் கொளுத்தி வைக்கும் சக்தி உண்டு என்பது எனக்குப் புரிந்தது.

அந்தக் கடைக்காரன் முகம் எனக்கு நன்றாக ஞாபகம் வருகிறது. அவன் முக க்ஷவரம் செய்து கொள்ளவில்லை. நான் பார்க்காததுபோல் அவனைப் பார்த்துக் கொண்டே நின்றதையும் அவன் பொருட் படுத்தவில்லை. அவன் தன் கருமமே கண்ணாக இருந்தான். ஒரு சிகப்புத் துணியை நீளப் போக்கில் விளிம்பு அடித்துக் கொண்டிருந்தான். அவன் முகபாவம் வெகு நேரம் தூக்கம் விழித்துக் கொண்டிருந்தவன் மாதிரி இருந்தது, அவன் பெயரும் எனக்குத் தெரியாது, தெரிந்துகொள்ள வேண்டிய அவசியமும் இருந்ததாக எனக்குத் தோன்றவில்லை. அவன் தைத்துக் கொண்டிருந்த தையல் மிஷினுக்கு அருகில் முடிந்த சாதனங்களாக நான்கைந்து பெட்டிகள் அடுக்கி வைக்கப்பட்டிருந்தன. ஆனால் என்னைக் கவர்ந்தது அவன் விளம்பரப் பலகைதான்.

அதில் இவ்வாறு எழுதப்பட்டிருந்தது.

“வேலை ஒழுங்காகவும் கச்சிதமாகவும் செய்து தரப்படும். இரவு நேரத்தில்கூட ஆள் இருந்தால் வேலை செய்து கொடுக்கப்படும். பெட்டி மாத்திரமின்றி அறையாகவும் நன்றாகக் கட்டித் தரப்படும்”

இன்னொரு பலகையில் விலை விவரங்கள் கொடுக்கப் பட்டிருந்தன.

"உயர்ந்த ஜாதி மரமாகிய கருங்காலி ஈட்டி முதலியவைகளால் செய்யப்பட்ட பெட்டிகள் ஒன்றிற்கு விலை ரூ. 100

அடுத்த தர, மாமரம் முதலியவற்றால் செய்யப்பட்டவைக்கு விலை ரூ. 30. சாதாரண மரத்தில் செய்யப்பட்டு அலங்கரிக்கப்பட்டவற்றிற்கு ஒன்றிற்கு விலை ரூ. 25

வெறும் மரத்தில் செய்யப்பட்டவைக்கு அடி ஒன்றிற்கு ரூ.2

"குறிப்பு - ஜாதி மரத்தில் செய்யப்பட்ட பெட்டியை வாங்குகையில் பரிசோதித்துக் கொள்ளவும்"

இதைப் படித்தவுடன் எனக்கு அந்த மனிதன் எதற்காக அந்தச் சிவப்புத் துணியை நீளவாக்கில் அடித்துக் கொண்டிருந்தான் என்பது புரிந்தது. நான் பார்த்த இரண்டு மூன்று நாட்களும் அந்தக் கடையில் இரண்டு மூன்று பெட்டிகள் விலைபோகாமல் இருந்தன. ஆனால் அன்று வேலை செய்து கொண்டேயிருந்தான். அவனுடைய வியாபாரமுறையைப் பற்றி நான் ஆலோசித்தேன். பலதர விலைகளில் பலதரப் பெட்டிகள், அழுத்தமான பெட்டிகள், ஆடம்பரமான பெட்டிகள், சாதாரணப் பெட்டிகள், கட்டையைக் கீழே போட்ட பிறகும் நாம் ஒரு தாரதம்மியத்தைப் போற்றி வளர்க்கிறோம் என்பதை மாத்திரமா இந்தக் கடை சொல்கிறது? அதை மாத்திரம் அது சொல்வதாக எனக்குத் தோன்றவில்லை.

இந்தக் கடையைப் பார்த்த பிறகு மீண்டும் ஒரு தடவை அந்தத் தெரு முழுவதுமே பார்க்க வேண்டுமென்ற ஒரு ஆவல் என்னை மீறியே எழுந்தது. இரண்டாவது தடவையாகப் பார்த்த பொழுது அதைப் போலவே இன்னொரு கடையும் அதன் எதிர் சாரியில் இருந்தது என் கண்ணில் பட்டது. ஆனால் அந்தக் கடையில் இருப்பது ஊன்றிக் கவனித்தால்தான் தெரியும், ஏனென்றால் அந்தக் கடை ஒரு புத்தகக் கடை. அந்தக் கடையின் முகப்பில் அவ்வாறுதான் எழுதப்பட்டிருந்தது. அதன் ஒரு பாகத்தில் பெட்டிகள் அடுக்கி வைக்கப்பட்டிருந்தன. கடையின் வலதுபுறத்துச் சுவரில் ஒரு சிறிய பலகையில் "பெட்டிகள் விற்கப்படும்" என்று மாத்திரம் எழுதப்பட்டிருந்தது. அதிகமான விவரங்கள் கொடுக்கப்படவில்லை. ஒன்றின் பின் ஒளிந்து நிற்கும் அந்தக் கடைக்கு அத்தகைய விளம்பரம் போதுமானதாக இருக்கலாம். ஆனால் இம்மாதிரிக் / கடைகள் எல்லாமே ஒளிந்து கொண்டு சமயம் வரும் பொழுது வெளிவரத்தானே செய்கின்றன? அவைகளுக்கு விளம்பரம் எதற்கு?

இந்தச் சிறு கடையின் பக்கத்தில் இரண்டு மூன்று பெரிய வாடகைக் கார் நிறுத்தி வைக்கப்படும் நிலையங்கள் இருந்தன.

நான் பார்க்கும் பொழுதெல்லாம் அவை காலியாயிருந்தன. ஆனால் இந்தக் கார்களும் கடைசியில் ஒரு இடத்தில் வந்து நிற்கத்தான் செய்கின்றன. இந்த எதிர் சாரியில் சற்று வலதுபக்கம் நகர்ந்து போனால் கடைசியாக ஒரு டாக்டருடைய வீடு. அவன், கண் டாக்டர். வீட்டிலேயே மருத்துவ சாலையிருந்தது. பார்ப்பவர் ஒருவரும் அவனை டாக்டர் என்று மதிக்க மாட்டார்கள். சாயங்காலம் ஐந்து மணி ஆனவுடன் திறந்த தன் காரில் யுவதிகள் நவநாகரீக மோஸ்தர் நாலைந்து பேர்களை வாரியெடுத்து என்று சொல்லும்படி வைத்துக்கொண்டு ஒரு சுற்றுச் சுற்றி வருவான். எல்லாப் பிரமுகர் வீட்டுக் கல்யாணங்களுக்கும் எல்லாக் கலை நிகழ்ச்சிகளுக்கும், உல்லாசபுரியின் எந்த நுணுக்கிலும் டாக்டர் சந்துருவைக் காணலாம். அவனுடைய மனைவி அவனைவிடச் சற்று வயது முதிர்ந்தவளாகக் காணப்பட்டாலும் இளையவள்தான். தம்பதிகள் இருவருக்கும் அந்யோன்ய பாவம் இருந்தது. ஒரு பையனைச் சீமந்த புத்திரனாக வளர்த்து வந்தார்கள். டாக்டர் சந்துருவைத் தெரிந்தவர்களெல்லாம் அவன் ஒரு நாள் வேலைக்காரப் பையனை அடித்து விட்டதற்காக அப்பையன் எவ்வாறு அவன் மீது கேஸ் போட்டான் என்பதைச் சொல்வார்கள். டாக்டர் வீட்டுக்கு அடுத்த படியாக ஒரு சிறு வீதி, அங்கு ஏழைக் குடிகள் முக்காலும் கிருஸ்துவர்கள் குடியிருந்தார்கள். அந்தத் தெரு வழியாகப் போனால் மூன்று நான்கு சந்துகள் பிரிந்து அவையெல்லாம் கடைசியில் ஒரு வழியடைச்சான் சாலையாகச் சென்று முடிவதைப் பார்க்கலாம். ஆனால் இந்தத் தெருவில்கூட சொறிநாயைத் தவிர யார்தான் வேண்டுமென்றே வழியடைச்சான் சாலையைத் தேடிச் செல்கிறார்கள்? இந்தச் சிறு வீதியையும் தொடர்ந்து நடந்தால் ஒரு பிரஸ், ஒரு மளிகைக்கடை, ஒரு ரொட்டிக் கடை, சற்று சூன்ய வெளி, பிறகு நான்கு வீதிகள் கூடும் ஒரு பெரிய நகர ரஸ்தா இவைகளைக் காணலாம். இது ஒரு பக்கம்.

மளிகைக் கடையில் உப்பு, மிளகு, புளி முதலிய புலன்களுக்குச் சுவை கூட்டும் சாதனங்களை விற்கிறார்கள். கடைகளில் இவ்வடிப்படை தேவைகளின் விசுவரூபங்களைச் சாந்தி செய்கின்றன. கடைகளெல்லாம் தேவைகளின் தாக சாந்திக்காகத் தானே நிற்கின்றன? "எனக்கொரு கடை, எனக்கொரு கடை" என்றுதானே நாம் குரலெடுத்துக் கொண்டு ஓடிக் கொண்டிருக்கின்றோம்!

இந்தக் கல்லூரிகள் என்ன செய்கின்றன? அவைகள் பல அசடர்கள் நினைப்பதுபோல் மக்களைத் தரம் பிரிக்கவில்லை, பலரையும் தரம் குறைப்பதனால்தான் அவைகள் பிரயோஜனப்படுகின்றன என்று? சொல்ல வேண்டும். நண்பரே, தரம் என்கிற வார்த்தைக்கு என்னைக் கேட்காமலே அர்த்தத்தைப் புரிந்து கொள்ளுங்கள்.

திட்டுத் திட்டாக நிற்கும் இந்தச் சூன்யவெளிகள் என்ன பறை சாற்றுகின்றன? மன்னே, அதுதான் தேவரகசியம். அதை மாத்திரம் நீ புரிந்துகொண்டுவிட்டாயானால் முக்தன், வேரறுத்தவன். என்னிடமிருந்தது தெரிந்துகொள் "சூன்யத்தைத் தெரிந்து கொண்டார், சோதனையில் வென்றார்!"

மறுபக்கம் பெரிய கடை. இப்பக்கம்தான் முதலில் என்னைச் சிந்தனையில் ஆழ்த்தியது. நெடு நாட்களுக்குப் பிறகு அங்கு சென்றதும் என்னைப் பிடித்து நிறுத்தியது. இந்தக் கடைக்கு இடதுபக்கத்தில் ஒரு பெரிய ரொட்டிக் கடை, அதற்கு அடுத்தபடியாக ஒரு ஹோட்டல். அதன் முதலாளியின் மேஜையின் அருகில் மண்டியிட்டு உட்கார்ந்திருக்கும், அப்பொழுதுதான் பிறந்தமேனியில் ரத்தக்கோலம் பூசியதாகத் தோன்றும் சதை நிறத்தில் காந்தியின் சிலை. பிறகு இடைவெளி. பிறகு பிரம்மாண்டமான மாதா கோவில். மறு கோடியில் ஒரு சூன்யவெளி. பிறகு நான்கு வீதிகள் கூடும் அப்பெரிய நகர ரஸ்தா. கோடியிலும் நகரத்தின் பரபரக்கும் தெரு, கடைகள், சர்வகலா சாலை, அலுவலகம், ராணுவத்தின் பாளையம் இரண்டு மூன்று கல்லூரிகள், கடைகள், கடைகள், கடைகள். பிறகு எங்கும் திரிந்தும், ஊர்ந்தும் நகர்ந்தும் பறந்தும், தாவியும், நீந்தியும் செல்லும் வாகனங்கள், மனிதர்கள், சொறி நாய்கள், பொட்டுத் தெறித்தாற்போல் ஸ்திரீகள், மசூதி, முட்டை விற்பவர்கள், பூ விற்பவர்கள்.

2

ஆனால் உயிரின் ஓசை ஒன்றும் என் உள்ளத்தைக் கவரவில்லை. அந்தத் தெரு ஒன்றுதான் என்னைக் கவர்ந்தது. முக்கியமாக, அங்கே எழும்பி நின்ற சில எனக்குச் சங்கேத சாஸ்திர ரூபங்களாகக் காட்சி அளித்தன. அந்தப் பெரிய கடை, அந்த ஓயாமல் வேலை செய்து கொண்டிருக்கும் அந்த மனிதன், அந்த விளம்பரம், அடுக்கி வைக்கப்பட்ட பெட்டிகள்.

கடைசித் தருணத்தில்கூட வியாபாரத்தில் மோசம் போகாமல் உங்களை நீங்கள் காப்பாற்றிக் கொள்ளுங்கள் என்று சொல்லும் இந்தக் கடைக்காரன் அசடனா? சமர்த்தனா?

இந்தப் பெட்டிகளெல்லாம் குதிரையால் இழுத்துச் செல்லப்படும் வாகனங்களில்தானே செல்லுகின்றன? ஆனால் இங்கு இருக்கும் கார் நிலையங்கள் என்ன சொல்லுகின்றன? ஜாதி மரப்பெட்டியில் கட்டையாக நீட்டிவிட்ட பிறகும் வசிப்பதற்குச் சுகமாக இருக்குமா? உயிர் உடலில் இருந்தபொழுது உடல் அரித்தது எல்லாம் உயிரின்பாற்பட்டது தானா? சிவப்புத் துணி தைக்கும் இவன் என்ன சொல்கிறான்? யாராவது போய்க் கொண்டிருந்தால்தான் இவன் பிழைப்பு நடக்குமா?

வைத்தியன் பிழைப்புக்கு வளரும் வியாதியும்,

தட்டான் பிழைப்புக்கு எரியும் ஆடம்பரமும் பேராசையும்

அறிஞன் வளர்வதற்கு சாஸ்திரமே எல்லாம் என்று ஒரு மூடநம்பிக்கையும்,

மனிதகுலம் வளரக் காமத்தின் மாயையும்,

பலர் வாழ பல வழிகளும் வாழ வேண்டுமென்பதும்

சாவு வாழ உயிர் வாழ வேண்டும்

என்று சொல்வதெல்லாம் அகட விகடமா அல்லது ஆழ்ந்த உண்மையா?

எப்பொழுதும் கோபமாக இருக்கும் ஆசிரியரே இது கதையா? இதற்குக் காலெங்கே என்று கேட்காதீர்கள். இது காலும் தலையுமற்ற ஒரு பிண்டம், அப்பனும் அம்மையுமற்ற ஒரு அவசரப் படைப்பு, அந்தரம்.

இந்த மாதா கோவிலும் இந்த ரொட்டிக்கடையும் ஏன் அருகிலருகில் நிலைத்திருக்கின்றன? மசூதி எதிரில் ஏன் முட்டையும் முல்லையும் விற்கிறார்கள்? இந்த மாதா கோவில், ஏன் மாதா கோவில் என்ற பெயரைப் பெற்றது? அன்னை காளியை, ஆதி பராசக்தியை, கோரப் பல்லியை, கொடுஞ் சூலாயுதத்தைத் தரித்தவளை ஏன் அன்னை என்கிறார்கள்? தாய்க்கு ஒளித்த சூலில்லை, ரத்தப் பிரவாகத்தை மறந்த தாய்மை இல்லை. ஏன்? எல்லாமே புரிகிற மாதிரித் தோன்றுகிறதா? நில்லுங்கள், நின்று வாழுங்கள். தாய்மைக்கு, வேண்டியவன் எல்லாம் ஒரு கணத்தில் தன் காரியத்தை நிறைவேற்றுகிறான், அந்தக் கணத்தின் அவசியத்தைக் கூட உதறிவிட்டுத் தாய்மையைத் தெளிவித்த இம்மாதாவும் அன்னை பராசக்தியும் ஒரு வீட்டுப் பெண்கள்தானா? ஆனால் இந்த ரொட்டிக்காரன் கூடத் தான் விற்கும் ரொட்டி வெறும் ரொட்டிதான் என்று சொன்னாலும், அந்த ரொட்டிதானே இன்று நாம் எங்கேயோ, எதையோ நோக்கிச் சகல சௌகரியங்களைப் பெற்றுப் போய்க் கொண்டிருக்கும் இன்றைய நாகரிகத்தின் அடிவேர். "ரொட்டிக்காரா நேக்கு ஒரு ரொட்டி தா" என்று பிறந்து குழந்தைகூட அழுகிறது. ஏன் அழாது? ஹோட்டலில்தான் காந்தியை விற்கிறார்கள். காபி சாப்பிட்டுவிட்டுப் போகும்பொழுது அவசரத்தில் நாம் அணா கொடுப்பதில் சற்று மறதியாக இருந்தாலும் அவன் நம்மை மறக்க விடுவானா? செத்த பிறகு காந்தியும், கடவுள் மாதிரி, இரண்டையும் பார்த்துக் கொண்டிருக்க வேண்டியதுதான். ஆனால் உயிருடன் இருந்தபொழுதுதான் அவருக்கு இதையெல்லாம் பார்த்துக் கொண்டிருக்க அமைதியில்லை. ஆனால் செத்த பிறகு பூமாலை சூட்டிவிட்டால் அவர் சிலைகூட நாம் சொன்னபடி கேட்கிறதே. அந்த

மாதா கோவில் என்ன சொல்கிறது? என் நண்பன் சொன்னமாதிரி சத்தியநேசன் செத்தால் மணி அடிக்கிறார்கள், சிவசாம்பு இறந்தால் சங்கு ஊதுகிறார்கள், அவ்வளவுதானா? மாதா கோவிலுக்குப் பின்புறம் சவக்குழிகளுக்கு இடம் ஒதுக்கி வைக்கப்பட்டிருக்கும் என்று சொல்கிறார்கள். ரொட்டிக்காரா, நீ எனக்கு ஒரு ரொட்டி தராவிட்டால் (நீ கூடக் கடைசியில் ரொட்டி தராமல் ஏமாற்றி விடுகிறாய் என்றுதான் சொல்கிறார்கள்) இவைகளுக்கெல்லாம் ஒரு விளக்கமாவது தரமாட்டாயா? ஏன் இந்த ஏழ்மைக் குடிமக்கள் இந்த வழி அடைச்சான் வீதிக்குப் போகையில்? உங்கள் ஆபீஸ் கிளார்க்குடைய சித்தப்பாவுடைய ஒன்றுவிட்ட அக்காளின் தம்பி ஒரு கோடீசுவரன், ஆனால் கோடீசுவரனுக்கு இது தெரிந்தாலும் அவன் ஒத்துக்கொள்ளமாட்டான். ஏன் எல்லாப் பணக்காரர்களும், எல்லா விஞ்ஞானிகளும் மெய்ஞ் ஞானிகளும், உலகைக் கட்டி ஆளும் மன்னர்களும் கட்டிக்கொண்டு அழும் மக்களும் ஒரு காலத்தில் முக்தி நெக்கி நிர்வாணமாக இந்நிலத்தில் விழுந்தவர்கள்தானே? ஆனால் எல்லாருமே இதை மறந்துவிடுவார்கள். ஆனால் இந்தப் பேச்செல்லாம் எதற்கு? டாக்டர் சந்துரு என்ன சொல்கிறான்? சொன்னதைச் சொல்லிக் கொண்டேயிருக்கும் பல மனிதர்களுள் அவனும் ஒருவன் புஸ்தகம் வாசிக்கிறீர்களா? என் நண்பர் என்னைக் கேட்டார், எவ்வளவு நாட்கள் கண் இருக்கிற வரையில்தானே? அந்தக் கேள்வி எனக்கு இன்னும் விந்தையை ஊட்டுகிறது. மனிதனுக்கும் புஸ்தகத்திற்கும் உள்ள உறவு கண்ணளவுதானா? ஆனால் இந்தத் தெரு கேட்கும் கேள்வி? "ஸரஸ்வதி கையில் புஸ்தகம் வைத்திருப்பதெல்லாம், அவள் வீணைக்குச் சுருதி சேர்ப்பதற்குத்தான், அவளை நீ நம்பாதே" என்பதுதான். அப்பொழுது எனக்கு நாம் எல்லாருமே தெரு அடைச்சான் சாலையை நோக்கி ஓடும் சொறி நாய்கள் தானா?" என்று திருப்பிக் கேட்கத் தோன்றுகிறது.

திடீரென்று எனக்குப் புதுமைப்பித்தன் கதையிலிருந்து ஒரு வரி ஞாபகம் வந்தது. மனிதன் எப்பொழுதும் குனிந்து கொண்டேதான் வேலை செய்கிறான் என்பதுதான் அந்த வரி. அண்ணாந்து பார்ப்பதில்லை. பார்த்தானானால் அவன் சிதம்பர ரகசியத்தைத் தெரிந்து கொண்டுவிடுவான். ஆனால் அவ்வளவு எளிதில் ஒருவருக்கும் திரை விலகுவதில்லை.

இன்று மாலை நான் மீண்டும் அந்தத் தெருவால் ஈர்க்கப்பட்டு, அங்குச் செல்கிறேன்.

இலக்கிய வட்டம், 1964.

அழைப்பு!

மேஜை மீது அழைப்பிதழ்.

போஸ்ட்மான் வந்த பொழுது என்னவெல்லாமோ எதிர்பார்த்துக் கொண்டு ஆவலுடன் ஓடிச்சென்றேன்.

கிடைத்தது இது.

வாழ்க்கையில் ஒன்று பலிக்கையில் அது உண்மை என்கிறார்கள்?

ஆனால் பலிப்பது பொய் என்றால்?

இதற்கும் ஒரு அர்த்தம் சொல்லக் கற்றுக்கொண்டிருக்கின்றோம்.

அதை நான் இப்பொழுது சொன்னதையே சொல்ல விரும்பவில்லை.

காலம் காலமாக வார்த்தைகள் அர்த்தத்தை வெளியிட முடியாத நிலையில் தத்தளிக்கின்றன. எது நடக்காது, நடக்க முடியாது என்று நினைத்தேனோ அதுதான் நடக்கிறது.

அனுபவத்தின் பிரத்தியட்ச நிலையிலிருந்து தப்பத்தான் மனிதன் தான் தோன்றிய காலந்தொட்டுத் தீர்த்த யாத்திரை செய்கிறான்.

இதற்கு இன்னும் முடிவில்லை.

இந்த மாதம் மூன்றாவது வாரத்தின் இறுதியில் நிகழ்காலம் எதிர்காலமாக மாறுகிறது.

ஒருவனால் காதலிக்கப்பட்டு வேறொருவனால் ஊக்கப்படுவது தான் என் சுதந்திரத்தின் உச்ச நிலை என்று நீ கூறுவது மாதிரி தோன்றுகிறது.

ஏன் இந்த அழைப்பு?

என்னிடம், "நான் விடை பெற்றுக்கொள்கிறேன்" என்ற தாத்பரியமா?

ஆனால் இருந்தது இல்லாமல் ஆகாது.

இல்லாதது இருந்ததாகவும் இருக்க முடியாது.

பாதைகள் பிரிகின்றன அவ்வளவுதான்.

உன்னளவில் காத்து வந்ததைக் காப்பாற்றிக் கொண்டதாக ஒரு நினைவு.

ஆனால், என்னளவில்?

நம்மிருவரிடையே என்றுமே என்னதான் இருந்தது?

கேள்விகள் இருந்தன.

ஆனால் கேள்விகள் விடைகளாவதில்லை?

இயற்கையுடன் உந்துதலில், கண்ணி ஒன்று தெறித்தாலும் சங்கிலி அறக்கூடாது என்ற இயற்கை நியதியில்...

இத்தகைய அர்த்தகர்ப்பமான கட்டங்களில் வார்த்தைகள் தலைகுனிகின்றன, வாக்கியங்கள் பின்னமடைகின்றன.

தமிழில் இல்லாத ஒன்றா?

வாக்கியம் என்பதற்கே சொல் தமிழில் இல்லையென்றால், தமிழில் பல பிரத்தியட்சங்கள் தென்படுகின்றன என்பதுதான் என் அனுமானம்.

ஆரம்பம் இருந்தால் அல்லவா முடிவு?

தத்துவஞானிகள் ஒன்றிற்கும் விடை சொல்வதில்லை.

தங்களுக்கென்று ஒரு பாஷையே வகுத்துக்கொண்டு, அதனுள் உள்ளுக்குள் ஊடுருவிச் செல்லுகின்றனர்.

நீ நினைப்பதுபோல் எந்தக் கட்டங்களிலும், கடைசிவரையில் வாழ்க்கையில் முற்றுப்புள்ளிகள் ஆட்சி செலுத்துவதில்லை.

உன்னிடம் சொல்வேன்.

வாழ்க்கை உன்னைத் தன் வழிக்கு அடைத்துக்கொண்டு செல்கிறது. நீ பின் தொடர்கின்றாய்.

பத்தில் ஒன்பதற்கு மேல் இப்படித்தான்.

நான்?

வேறு.

நான் பிறந்த வேளையில் என் தாய் சுயநினைவில் இல்லை என்பதோ நான் வளர்ந்த வேளையில் என் தந்தை தன் பதவியிழந்தார் என்பதோ என்னில் அக்கறை கொண்டவர் அனைவரும் என்னால் ஏமாற்றமுற்றனர் என்பதோ

என்னைப் பற்றிய தகவல்கள் இல்லை.

இவற்றினூடே நான் உருவாகிக் கொண்டிருக்கிறேன் என்பதுதான் என் பிரக்ஞையில் சஞ்சாரம் செய்கிறது.

ஆனால் இங்குகூட எங்கேயோ ஒரு சரடு இருப்பதாக...

நீ நடப்பதால் நடை தொடரும் என்று நடை பயில்கின்றாய் (10ல் 9க்கு மேல் இப்படித்தான்.)

நான் மீண்டும் ஒரு அத்தியாயத்தைப் புரட்டிவிட்டு இன்னொரு அத்தியாயத்தை ஆரம்பிக்கின்றேன். அதனால்தான் என் நிழல் எங்கும் என்றும் விழுகின்றது, என்மூலம் வார்த்தைகள் வாக்கியங்கள்! ஆகாவிட்டாலும்.

உன்னிடமிருந்து ஒரு உள்நிறைவுடனேயே விடைபெற்றுக் கொள்கிறேன். இன்னும் அத்தியாயங்கள் பல இருக்கின்றன பாதைகள் பல என்னை அழைக்கின்றன. அனுபவங்கள் பலப்பல, விதவிதமானவை என் வருகை நோக்கி நிற்கின்றன.

எழுத்தும் எண்ணமும் என்று முடிகின்றனவோ அன்றுதான் என் கடைசி அத்தியாயம் முடியும். அதுவரையில் வீட்டு வாசலில் நின்றுகொண்டு வருபவரையும் செல்பவரையும் பின் தொடர்ந்து மடங்கி உட்சென்று உண்கின்றேன்.

ஏடங்கை நங்கை இறை எங்கள் முக்கண்ணி

வேடம் படிகம் விரும்பும் வெண்தாமரை

பாடும் திருமுறை பார்ப்பனி பாதங்கள்

சூடும் என் சென்னி வாய் தோத்திரம் சொல்லுமோ?

(திருமந்திரம்)
கணையாழி, 1967.

என் பெயர் வைத்தியநாதன்

ராமு மாதிரி எனக்கும் எழுத ஆசைதான்;

ஆனா இப்ப ஒரு வரி கூடச் சரியா எழுத வரலெ;

எப்படியானாலும் எழுதற மாதிரி பாவிச்சுண்டு சொல்றேன், கேட்கிறேளா, ஸார்;

ஆமாம் ஸார்;

எனக்குப் பயமா இருக்கு;

ஐயோ, இப்படிச் சொல்லக்கூடாது?

ஆனா இதைச் சொல்ற பொழுதுகூட விகாரமாய் கைகால் முளைத்துப் பட்டாளம் பட்டாளமாகப் பறந்த உடம்பு முழுதும் கைகால் கண், மூக்கு, உடம்பில் ஒரு இடம் பாக்கி இல்லாமல் பெரிய பெரிய சிலந்தியாக எட்டுக்கால் பூச்சியாக மொய்த்து மூச்சுவிட முடியாமல் வந்து ஊர ஆரம்பித்தால், வேறு ஒருவரும் பக்கத்திலே இல்லாட்டா.

(என்றுமே எட்டுக்கால் பூச்சி என்றால் ஒரு அருவருப்பு பயம்.)

அப்பொழுது என்ன செய்வேன்? நீங்கதான் சொல்லுங்கோ. இதைக் கேக்கறபொழுது என்ன கற்பனை வேண்டியிருக்கு என்று சொல்லுவேளா, இருக்கலாம்.

ஆனா இப்படியெல்லாம் மனசிலெ என்னென்னமோ தோன்ற பொழுது என்ன செய்றது ஸார்?

அசம்பாவிதமான வார்த்தைகள் நடக்கக்கூடாத செய்கைகள் அரிக்கும் கவலைகள் இதுதான் ஸார் லைஃப்.

அப்பா நாலு தெருதான் அலமேலு வீட்டு கல்யாணத்திற்குப் போயிருந்தா, வர சாயங்காலம் ஆகும்.

நானும் ராமுவும் தனியாக இருந்தோம்.

ராமு எப்பொழுதுமே ஒரு மாதிரிதான்.

கொஞ்ச நாட்களாகவே அவன் சரியாக இல்லை. ஒன்றுமில்லை.

ஒரு வாரமா ராத்திரி தூங்கறது கிடையாது.

ராத்திரி படுக்கையிலிருந்து எழுந்து உட்கார்ந்து கொண்டு சந்திரனைப் பார்த்து யாரோ கிட்ட நிக்றவாளெப் பார்த்துப் பேசற மாதிரிப் பேசுவான், சிந்திப்பான்.

திடீரென்று அவன்தான் செய்தானா என்பது மாதிரி ஒரு அமானுஷ்யக் குரல்லெ வீடே நடுங்கும்படி அலறுவான். டாக்டர் வந்து பார்த்துவிட்டு மருந்து கொடுத்துவிட்டுப் போனார்.

இரண்டு நாளாச் சரியாகத்தான் இருந்தான்.

இப்பொழுது அவன் சரியாகத்தான் இருக்கான்.

ஆனால் என்னைத் திடீரென்று சுத்திச் சுத்தி வந்தான்.

எனக்குப் பயமா இருந்தது.

பிறகு என்னைக் கொல்லைப்புரத்திற்கு அழைத்துக்கொண்டு போனான்.

ஸார், என்னவோ சொல்றேளே, என்று நினைக்காதேயுங்கோ சொல்றேனா, எழுதறேனா?

ஏதா இருந்தா என்ன ஸார்? எல்லாம் ஒண்ணுதான்.

எங்க குடும்பத்திலே நாங்க எல்லாருமே ஒரு மாதிரிதான். ஏன் தப்பிக்கப் பார்க்கறேள்?

என்னடா, ஒரு லூஸ்கிட்ட் அகப்பட்டுண்டு, என்று நினைக்கிறேளா?

ஒரு கணக்கிலே எல்லாருமே அப்படித்தான்.

இப்ப மாத்திரம் இல்லை தலைமுறை தலைமுறையா வர விஷயம்.

அம்மா சொல்வா, அடிக்கடி எங்க பாட்டி ஒருத்தி ரொம்ப நெஞ்சழுத்தக் காரியாம்.

விஷயம் என்ன என்றுதானே?

சொல்றேன், ஸார். அதுக்குள்ள என்ன அவசரம். ஆபீஸுக்குப் போகணுமா?

அதுதான் தினம் போயிண்டிருக்கோமே.

அவ கோவிச்சுப்பாளா?

அதெல்லாம் சரியாயிடும், என்ன பைத்தியம் மாதிரிப் பேசறான்னு பாக்காதேங்கோ, ரொம்பத் துள்ளினா கன்னெத்திலே வச்சு ஒன்ன இழுத்தா அப்புறம் சரியாயிடுவா;

அப்படிச் சில பெண்கள், எதிலெயும் ஒரு உக்கிரகம், வேணாம், இப்படி செஞ்சா உங்ககிட்ட ஆசை கொஞ்சங்கூட விருத்தியாகும், மிருக வர்க்கத்தான் ஸார்.

ஆனா இதைப் பத்தியில்லை பேச்சு;

பாட்டி நெஞ்சழுத்தக்காரி.

அவ பெண் 10 வயசு சச்சு சொன்னதைக் கேக்கலேன்னு இரண்டாம் பேருக்குத் தெரியாம தொடையிலெ சூடு போட்டுட்டா போட்டதும் அதுக்குப் பாட்டுன்னு பிராணன் போச்சு, மூச்சு பிரியல்லே காரியத்தை அமுக்கிட்டா அந்த வம்சமாக்கும் இந்த வாஜபேயர் குடும்பம்.

என்ன சொல்கிறேள்?

பயப்படாதேயுங்கோ.

கிட்ட வாங்கோ இப்படி ஒரு ஆசை, திடீரென்று குருடன் மாதிரி உங்களைத் தொட்டுத் தடவி அவளைப் புரிஞ்சிக்கணும்னு ஆசை இப்படிப் பலதும் தோண்றது.

கிட்ட வராட்டாலும் வேண்டாம்;

நகர்ந்து நகர்ந்து போகாதேயுங்கோ;

அப்படி எங்கெதான் போயிடுவேள்?

அன்னிக்கு அப்படித்தான் ராமுவுடன் நான் தயங்கித் தயங்கிப் போனேன்.

ஆனா உங்களைப் போலத்தான் தப்பிக்கத் தைரியம் இல்லெ. கொல்லெலெ பாத்தா ஒன்னு இல்லெ.

அந்த நாய். அதுதான் ஜிம்மி, அங்கேயும் இங்கேயும் ஓடறதும், இவன் முகத்தைப் பாக்கறதும் குலைக்கறதுமா இருக்கு.

கொட்டிலெ - கொஞ்சம் தள்ளித்தான் இருந்தது - மாடு மிரண்டு நிக்கறது.

சார், சார் எங்கேயும் போயிடாதேங்கோ

எனக்குப் பயமாயிருக்கு ஸார்.

எதுக்கு ஸார்.

அப்பாவைக் கண்டா பயம்.

அவர் தன் அப்பா பக்கம் சேர்ந்துண்டு அம்மா மூணு வருஷம் தள்ளி வைச்சிருந்தார். ஏன் ஸார், இவனெல்லாம் மனுஷனா ஸார் தெரியாமதான் கேக்கறேன்

அந்த மூணு வருஷம்தான், அம்மா...

என்னென்னு கேட்கறேள், இல்லையா?

கதை கேக்கணுங்கற ஆசை அப்படித்தானே? உங்க ஆசையை நான் திருப்திப்படுத்த மாட்டேன்யா.

அதுக்கு வேற ஆளைத் தேடிப்போ, ஐயா அம்மாளைக் கண்டா பயம்,

அம்மாவை நினைச்சாக் கோபம் வரதா பயமாருக்கான்னு தெரியலே, அப்படி ஒரு ஜன்மம்,

தனியா ஒரு பொம்பளையக் கண்டா பயம், ஆபிஸிலெ யஜமான்கிட்ட பயம்,

இதன் கிட்ட வந்து வருஷம் 10, 15 ஆச்சு, இன்னும் வம்பு பண்ணிண்டுருக்கான். சில சமயம் என்னைக் கண்டா எனக்கே பயம்.

அதுதான் ஸார் தப்பிச்சுண்டு இருக்கேன், என்ன ஓடினாலும் தொடங்கின இடத்துக்குத்தான் வந்த சேர்றேன்.

ஓம் கணபதி

அப்பத் திரும்பிப் பார்த்தப்பொ இவனைக் காணலெ, நாய் மறைஞ் சிடுச்சி மாடு போங்க ஸார்.

யாரெ ஸார், மொறச்சுப் பாக்கிறீங்க?

யார் ஸார், லூஸ்?

நீங்களா, நானா?

மரியாதையாப் பேசு, நயினா!

நான் யார் தெரியுதா பட்டணம் கில்லாடி

டபாச்சிக்கினு போனா, பல்லெத் தட்டிக் கையிலெ கொடுத்திருவேன், நயினா.

அப்படி வா வழிக்கு,

செம்பருத்திச் செடிகிட்ட ஒரு சலசலப்பு;

இவன் ஒரு பெரிய அண்டாவைப் பம்மிப் பம்மி அதன தலை மண்டெலை வெச்சுட்டு விசிறிக் கட்டையாலெ அடிச்சு அடிச்சு.

போய்யா, எனக்கே குடல் அறுத்திட்டு வந்திடும்னு தோணிச்சி; அவன் கண்ணிலெ.

என் கண்ணோ இல்லையோ? அவன் கண்லெ என்ன சொல்லு?

சொல்றா, ராஜா.

இஸ்பெட் ராஜாவா. அல்லது க்ளாவரா?

ரண்டும் நமக்கு ஒரு ஜூட்தான்.

ஒண்ணுக்கும் ரெண்டுக்கும் வித்தியாசம் தெரியாத சர்வ வியாபி; யார்யா?

நான்தான்யா, சர்வ சாதாரணம்.

அவன் கண்லெ, ராஜா, பார்வை இல்லை;

கண்லெ காமரா போகஸ் ஆகல்லெ;

அது ரத்தத்திலெ அய்யோ பாவம் கயிறாயிடுச்சு

இவன் வேகமாப் போறான்.

என்னவோதான் கொலை செஞ்சதெ போலீஸ்லெ ரிபோர்ட் செய்யற கணக்கிலெ,

அப்பத்தான் அம்மா.

எங்க அம்மா வந்தாங்க;

அவருக்குப் பின்னாலெ நைனா, அத்தான், அச்சன், டாடி, பிதா, பாதர், தி மோஸ்ட் ரெவரெண்ட் ஃபாதர் ஞான சூன்யம், எல்லாரும்

என்னைச் சுத்தி.

நான் நடுவிலெ;

நடந்ததை இவங்க கிட்டச் சொல்லணும் அப்ப பாருய்யா எனக்கு முன்னெ என்னய்யா நழுவப் பாக்கறெ? அட நில்லய்யா, உள் நிஜார் ஒன்னும் நனையாது.

யாருய்யா?

சாக்ஷாத் நான்தான்

யாருக்குத்தான்யா, மனம் டோக்கர் அடிக்காது;

என்னிக்குத்தான்யா என் முகம் எனக்கும் உன் முகம் உனக்கும் தெரியறது?

நான் இவங்க கிட்ட நடந்தது எல்லாம் சொல்லணும்

என்னய்யா நடந்ததுன்னா,

பாட்டி,

பாம்பு

இப்ப நான் கதை சொல்றது.

நான் பிறந்தப்போ அம்மா தலை அவுட்பாஸ் வாங்கிண்டு போனது. இவ "அட, சட் போடான்னா கேட்கமாட்டே"ன்னது, ராமு பைத்தியம் பிடிச்சுப் பாயைச் சுறண்டினது, நீ இப்படிக் கிடந்து அவஸ்தைப் படறது, மாமா ஆஸ்பத்திரிலெ என் கையைப் பிடிச்சுண்டு "நான் செத்துடுவேனா, சொல்லுடா சொல்லுடா'ன்னு என் கழுத்தை அறுத்தது. எல்லாத்தையும் ஒன்னுவிடாம சொல்லணும்னு தான், அப்பத்தான் அவன் என்னைப் பார்த்துச் சிரிச்சுண்டு 'டே நீ லூசுடா" ன்னான் பார்.

ஒண்ணவைச்சேன் பார் கன்னத்லெ.

அப்புறம் ஆள் அவுட் ஆயிட்டேன்.

"பாவி, பெத்த தாயெப் பேய் அறைஞ்ச மாதிரில்லெ அறைஞ் சுட்டான்"ன்னு எவனோ கத்தினான்.

இப்பப் பார்த்த இந்த ரூம்லெ கம்மோடொடே மனுஷன் கணக்கிலெ வைச்சு மணிக்கணக்காப் பேசறேன்.

நீங்க யார், ஸார்.

பைத்தியம் வேங்கட சுப்புவா. அது அடுத்த ரூம் ஸார்.

என் பெயர் வைத்தியநாதன், ஸார்.

எனக்குப் பைத்தியம் இல்லை ஸார்.

கணையாழி, 1967.

ஒரு ராத்தல் இறைச்சி

என் பெயர் நவீனன். சென்ற 25 வருஷங்களாக எழுதி வருகின்றேன். நான் எழுதியது ஒன்றாவது பிரசுரமாகவில்லை. அப்படிச் சொல்வது கூடப் பிசகு. சுமார் 15 (கதை, குறுநாவல், கவிதை) பிரசுரமாகியிருக்கும். இவற்றில் 13க்கு ஒரு விதச் சன்மானமும் கிடைக்கவில்லை. 14வது கதைக்கு வந்த செக்கைக் கமிஷன் குறைத்துக் கையில் கிடைத்தது 4ரூ. 25பைசா.

நான் ஒரு பெண்ணைக் காதலித்தேன். அவள் பெயர் சுசீலா. அவளுக்குக் கல்யாணம் நடந்தது. இப்பொழுது அவள் ஒரு தாயார். இதை நினைக்கும் பொழுதெல்லாம் எனக்கு ஆச்சரியமாக இருக்கிறது. இருந்தாலும் கல்யாணம் நடைபெறுவதும் குழந்தை பெறுவதும் சர்வசாதாரணமான நிகழ்ச்சிகள் என்பதும் எனக்குத் தெரியாததில்லை.

நான் வேலை செய்து வரும் பாங்கில் எல்லோருக்கும் உத்தியோக உயர்வு, எனக்கு முன்னரே ஏற்பட்டது. எனக்கு ஒரு வருஷத்திற்கு முன்தான் உயர்வு கிடைத்தது. அப்பொழுது விலைவாசியும் உயர்ந்தது. என் உடன்பிறந்தவர்கள் அயலூரில் இருக்கிறார்கள். மூன்று வருஷங்களுக்கு முன் என் பெற்றோர்களும் ஒருவர் பின் ஒருவராக இறந்தனர்.

ஆனால் இதனால் ஒன்றும் நான் அசைந்துவிடவில்லை. எனக்கு ஒருவிதக் கசப்பும் ஏற்படவில்லை.

நான் கடந்த 5 வருஷமாக ஒரு நாய் வளர்த்து வந்தேன்.

அது ஒரு நாட்டு நாய். மங்கின செங்கல் வர்ணம். வளையாத காதுகள், குள்ளமும் இல்லை, உயரமும் இலை, நல்ல முரட்டுத் தேகம். அதற்கு நான் ராஜூ என்று பெயர் வைத்திருந்தேன். அதற்கு இப்பொழுது வயோதிகம் தட்டிவிட்டது. இருந்தாலும் அது என்னுடன் அன்பாக இருந்தது. சில நாட்கள் நான் அதனுடன் பேசுவேன்.

“ராஜூ மகாலக்ஷ்மி தியேட்டரில் கைதி வந்திருக்கிறது. பார்க்கலாமா? என்ன சொல்கிறாய்?”

அது படுத்துக்கொண்டே வாலையாட்டும்.

“ராஜூ உனக்குக் கதை பிடிக்குமா? குறுநாவல் பிடிக்குமா?”

அது என்னைப் பார்த்துக் கொண்டே படுத்துக் கொண்டிருக்கும்.

ஜுரத்தில் நான் படுத்துக் கொண்டிருந்தால் என்னை விட்டு ஒரு அடி நகராது.

அப்படி ஒரு தடவை நான் அயர்ந்து தூங்கிக் கொண்டிருக்கையில் என் காலில் என்னவோ வழவழவென்று ஊர்வது மாதிரி ஒரு உணர்ச்சி. நான் பயந்து சத்தம் வெளிவராத நிலையில் கண்ணைத் திறந்த பொழுது ராஜூ என் காலை நக்கிக் கொண்டிருப்பதைப் பார்த்தேன்.

ஒரு நிமிஷம் நான் அசடாகிவிட்டேன் என்றே சொல்ல வேண்டும்.

ஆனால் இவ்வளவு அன்புள்ள ராஜூ எனக்கு வெள்ளிக்கிழமை தோறும் ஒரு பெருஞ்சோதனையாகி விட்டது என்றே சொல்ல வேண்டும்.

வெள்ளிக்கிழமை தோறும் வேலைக்காரன் அதற்கு இறைச்சி வாங்கி வருவான்.

அதை அவன் பாகமாக்கிக் கொடுக்க 12:30 மணி ஆகும். எனக்குக் காப்பிக் கொடுத்துவிட்டு அவன் இறைச்சி வாங்கப் புறப்படுவான்.

ஆனால் ராஜூ 11:30 மணிக்கே என் அறைக்கு வந்துவிடும்.

என்னைப் பார்த்துவிட்டு சமையல் அறைப்பக்கம் வேலைக்காரன் இருக்கும் இடத்திற்கு ஓடும். பிறகு என்னிடம் வரும், பிறகு அவனிடம் போகும். நான் அதட்டுவேன்.

ஒரு அரை நாழிகை அடங்கிக் கிடக்கும். பிறகு என்னைப் பார்த்துவிட்டு என் முகபாவம் சரியாக இருந்தால், சமையல் அறைப்பக்கம் பார்க்கும், பிறகு மெல்ல எழுந்திருக்கும். நான் ஒன்றும் சொல்லாவிட்டால் பழைய பல்லவி அதற்கு இறைச்சி வருவதற்கு முன் எனக்குக் காபி வரும்.

அது என்னையே பார்த்துக் கொண்டிருக்கும்.

உங்க மனித ஜாதியே இப்படித்தான். எதிரில் ஒரு நாலுகால் மிருகம் பட்டினி கிடப்பது மறந்துவிடும். உங்களுக்கு இரண்டு கால்தான். இருந்தாலும் நீங்கள்தான் பிரதானம் என்ற திமிர் என்று சொல்வதுபோல் இருக்கும். நான் கவனிக்க மாட்டேன்.

ஆனால் வேலைக்காரன் வந்து இறைச்சி வாங்க என்னிடம் காசு கேட்க வருவான்.

அப்பொழுது நீங்கள் ராஜூவைப் பார்க்க வேண்டும். திடீரென்று அறை முழுவதும் தலைதெறிக்க ஓடும். என் இரண்டு கால்களின் நடுவில் நுழைந்து என் கால்களை உரசிக் கொண்டு, என் காலை நக்கிக் கொடுக்கும்.

நான் எவ்வளவோ தடவை கண்டித்தும் அடித்தும் அதன் இந்தப் பழக்கத்தை மாற்ற முடியவில்லை.

நீ ஏன் என்னை அடிக்கிறாய்? நீ இறைச்சி வாங்கித் தருவதற்கென்றா நான் இதைச் செய்கிறேன்? நானோ நாய் ஜென்மம். மனிதன் காலை நக்குவதில் அதுவும் உன்னைப் போல் தயை காட்டுபவர்களின் காலை நக்குவதில் எங்களுக்கு ஒரு தனி ருசி. நீ இதைப் புரிந்து கொள்ள வேண்டும் என்று சொல்வது போல் இருக்கும்.

அதன் சுபாவத்தை என்னால் மாற்ற முடியவில்லை. அதனால் நான் வெள்ளிக்கிழமை தோறும் வீட்டிலிருக்கும் போது கூடக் கான்வாஸ்ஷூஸ் அணிந்து கொள்வது வழக்கமாகிவிட்டது. ராஜூ அதைப் பொருட்படுத்தவில்லை. செருப்பை நக்குவதில் அதற்குப் பன்மடங்கு உற்சாகம். என் "நண்பர்கள் கூட ஏதாவது சருமவியாதி பிடித்துவிட்டதா?" என்று கேட்டார்கள். நான் அவர்களிடம் என்ன சொல்வது. "வெள்ளிக்கிழமை தோறும் 12 மணிக்கு இறைச்சி கிடைக்கும் என்பதால் என் ராஜூ என் காலை நக்கித் தின்கிறது" என்று சொல்ல முடியுமா? நான் சிரிப்பேன்.

ஆனால் 10 நாட்கள் முன்பு நடந்த சம்பவம்தான் என்னை அசத்தி விட்டது.

அன்றும் ஒரு வெள்ளிக்கிழமை.

பாம்பேயிலிருந்து என்னைக் காண்பதற்குப் பிரசித்த எழுத்தாளர் என்.எஸ்.கானேகர் வருவதாக எழுதியிருந்தார்.

இத்தனைக்கும் அவர் என்னை ஸ்டேஷனுக்கு வரக்கூட எழுதவில்லை, நான் போகவுமில்லை.

அவராகத்தான் வீடு தேடி வந்தார்.

நான் அவருக்கு ஹோட்டலில் அறை எடுத்துக் கொடுக்கவில்லை.

அவருடன் சேர்ந்து போட்டோ எடுத்துக் கொள்ளவில்லை.

ஏன், முதல் நாள் அவர் நண்பர் ஒருவர் வீட்டில் சாப்பிட்டார் என்பதால் அடுத்தநாள் என் வீட்டில் வலுக்கட்டாயமாகச் சாப்பிடவும் செய்யவில்லை.

ஆனாலும் அவர் என்னைப் பார்க்க வந்திருந்தார். வெகு காலமாக எங்கள் இருவருக்கும் இலக்கியம் மூலமாக ஒரு பிணைப்பு. ஒவ்வொரு சமயம் என்னிடம் "என்னை விட நீ நன்றாக எழுதுகிறாய்" என்று சொல்லியிருக்கிறார்.

எனக்கு அவர் என்னை உற்சாகப்படுத்த அப்படிச் சொல்கிறார் என்பது தெரியும். இல்லாவிட்டாலும் எங்களிருவரிடையும் நீ பெரியவன் நான் சின்னவன் என்ற சின்னத்தனமான பாவம் என்றுமே இருந்ததில்லை.

அப்படிப்பட்டவரிடம் நான் வெள்ளிக்கிழமை என்பதையும் மறந்து பேசிக் கொண்டிருந்தேன். ராஜூ சற்று நேரம் அவரையே பார்த்துக் கொண்டிருந்தது. பிறகு சமையல் அறைப்பக்கம் சென்றது. மீண்டும் என்னருகில் வந்தது. மீண்டும் வாசல் திண்ணைக்குச் சென்றது. மீண்டும் என்னிடம் வந்தது.

"இவருடன் ஏன் சமயத்தை வியர்த்தமாக்குகின்றாய்? ஏதாவது இறைச்சி கிடைக்குமோ?" என்று கேட்பது போல் இருந்தது.

திடீரென்று அது வாசல் திண்ணையில் இருந்த காக்கையை துரத்திச் சென்றது.

கானேகர் என்னிடம் "உன் நாய் ஏன் ஒரு மாதிரி இருக்கிறது?" என்று கேட்டார்.

நான் ஒன்றுமில்லை என்றேன். அப்படி இல்லாமல் நான் அவரிடம் என் செருப்பை நக்கச் சமயம் கிடைக்காததால் அதற்கு பைத்தியம் பிடித்திருக்கிறது என்று சொல்ல முடியுமா?

மணி 12 அடித்த பொழுது கானேகர், "வா வெளியில் போய்ச் சாப்பிடலாம்" என்றார்.

அப்பொழுதுதான் ராஜூ ஓடிவந்து என் காலின் ஆடு சதையைக் கடித்தது. கானேகர் ஆடிவிட்டார். அவர் முதலில் நாயைப் பிடித்துக் கட்டு என்றார். ஆனால் ராஜூ நான் அதட்டியவுடன் அடங்கிவிட்டது. வேலைக்காரன் அதைக் கட்டினான்.

கானேகர் ஊருக்குத் திரும்பும் முன் என்னுடன் டாக்டரிடம் வந்தார். டாக்டர் பயப்படுவதற்கு ஒன்றும் இல்லை என்றார். கானேகர் ரயிலில் ஏறினதும் (நான் ராஜூ என்னைக் கடித்ததும், அதன் பரபரப்பின் காரணத்தைச் சொல்லியிருந்தேன்) சிரித்துக் கொண்டே நாய்க்கு ஒரு ராத்தல் இறைச்சி என்றால் இவ்வளவு சபலமா என்று கேட்டது ஞாபகத்திற்கு வந்தது.

பத்து நாட்களுக்குப் பிறகு என் வேலைக்காரன் ராஜூவை கார்ப்பரேஷன் நாய் பிடிக்கிறவனிடம் சேர்த்த பொழுது எனக்குச்

சற்று வருத்தமாகத்தான் இருந்தது. ஏனென்றால் அது செய்தது அவ்வளவு பெரிய குற்றமாக எனக்குப் படவில்லை. ஆனால் நான் வேலைக்காரனைத் தடுக்கவில்லை. ஏனென்றால் அது கடித்ததைவிட அது வாரந் தவறாமல் என் காலை நக்கினதுதான் எனக்குச் சகிக்க முடியவில்லை.

கணையாழி, 1968

சிப்பி

“இந்து”

“என்ன?”

“குழந்தையை அழைத்துக்கொண்டு சற்று வெளியில் சென்று வருகிறேன்.”

“ஐந்து நிமிஷம்”

அவள் சமையல் அறையில் இருந்த வெளியில் வந்தாள். குழந்தை சுசீலாவை அழைத்துச் சென்று அவளுக்குத் தலையை வாரி, புதிதாக ஆடை அணிவித்து அவளிடம் “ஏ, சுசீலா அப்பாவை வெளியில் இறங்கினதும் உன்னைத் தோளில் சுமக்கச் சொல்லக் கூடாது” என்றாள்.

அவன் நகரவில்லை.

“நீயும்...”

அவள் சிரித்தாள். “நல்ல கூத்து, அப்பொழுதுதான் அப்படிக் காலைச் சுற்றி சுற்றி வந்தது போறாது என்றால் இப்பொழுது கூடவா? அதுவும் ஒரு பெண் குழந்தை வேறு.”

அவன் யோசனையில் மூழ்கினான். அவள் காலையா சுற்றினான். அவளிடம் உள்ள ஒன்று இன்றும் அவனை ஏன் இப்படி ஆகர்ஷிக்க வேண்டும். சந்தனம் தேய்க்கத் தேய்க்கக் கமழும் என்பார்கள். இவளும் ஒரு எம்.ஏ. பட்டதாரி என்கையில்.

“இந்து, உனக்கு ஆசையே கிடையாதா?”

அவள் மீண்டும் சிரித்தாள். “இருட்டுவதற்கு முன் வந்து விடுங்கள்.”

குழந்தையின் பிஞ்சு விரல்களைப் பிடித்துக்கொண்டு அவன் நடந்தான். ஒரு கடை தென்பட்டது.

"பழம்?"

அது தலையை வேகமாக அசைத்தது. வேண்டாம் என்ற பாவனையில் தெரு முனையில் உள்ள பூங்காவில் ஒரு சிமெண்ட் ஆசனத்தில் அவன் குழந்தையை வைத்துக்கொண்டு உட்கார்ந்து கொண்டான். ரேடியோவில் சூர்ய குமாரியின் பாட்டு.

"இன்று வெளிச்சம்

நாளை இருட்டு."

யார் யார் எல்லாமோ வந்து போய்க் கொண்டு இருந்தார்கள். சரளா - காரில் வந்து இறங்கினாள். அவனுக்கு அவளைத் தெரியும், அவள் தகப்பன் கீழ் ஒரு காலத்தில் குமாஸ்தாவாக இருந்த காலத்தில் - அவர்கள் வீட்டிற்குப் போயிருக்கிறான். சமீபத்தில் அவள் மேல் நாட்டிற்குப் போய் வந்ததாகக் கேள்விப்பட்டான். இந்தப் பயணத்திற்குப் பின் அவளுக்குக் கண் பார்வை குறைந்து விட்டதாகச் சொன்னார்கள். அவள் அணிந்து கொண்டிருந்த கண்ணாடியும் பூதாகாரமாகத்தான் இருந்தது. என்ன இருந்தாலும் அவள் அவனையோ குழந்தையையோ பார்க்கவில்லை.

குழந்தை "அப்பா, அந்த மாமி யார்?"

"மக்கு."

குழந்தை சிரித்தது. அவன் என்ன சொல்ல முடியும்?

சரளாவுக்குக் கல்யாணம் ஆன பொழுது அவன் அங்கு தான் இருந்தான். அடிக்கொரு தடவை அவள் கணவன் அவன் அரசாங்கத்தில் நிதி இலாகாவில் பெரிய வேலையில் இருந்தான் - பெயர் நாகராஜன் - அவளை அப்படித்தான் கூப்பிடுவான். - ஏ மக்கு ஜா, மக்கு மக்கு மக்கு மக்ஜா."

அவளும் "டார்லிங் கமிங்" என்று ஓடி வருவாள். அது ஒரு உலகம். ஆனால் இந்த உலகில் உள்ள மக்குகளைப் பற்றி எவ்வளவு நேரம்தான் யோசித்துக் கொண்டிருக்க முடியும்? சிவன் வந்தான். வழக்கம் போல் அவன் கண் சிவந்திருந்தது. அவனிடம் வந்து "நவீனா, இன்னிக்குத் தினத்தைவிட, வீட்டில் ஆட்டம் கூடுதல், நீ பாக்கியசாலி, குழந்தையுடன் இருக்கிறாயா? இரு, நான் பாளையம் வழியாக சென்று இன்னொரு 100 மில்லி அடித்துவிட்டுப் போகிறேன்" என்று சொல்லிவிட்டுப் போனான்.

குழந்தை "அந்த மாமாவுக்கு என்ன? என்னவோ மாதிரி பேசினாரே?"

"பாவம். அவாத்து மாமிக்கு உடம்பு சரியில்லை."

"அப்பா, மாமியைத் தனியா விட்டுட்டு வந்துட்டாரா?"

“இல்லெ, பக்கத்து வீட்டு மாமி கூடத் துணையிருக்கா. இவர் பாளையத்துக்குப் போய் மருந்து வாங்கிண்டு போகப் போறார்.”

குழந்தை என்ன நினைத்துக் கொண்டதோ என்னவோ “அப்பா, 100 மில்லின்னா என்ன? அப்பா” என்றது.

“அதுவா? அம்மா உம்மாச்சிக்கு வேண்டிப்பா இல்லெ - 100 தேங்கா உடைக்கிறேன்னு - அதைப் போலெ - அந்த மாமாவுக்கு ஜலதோஷம் - வீட்டிலெயும் மாமிக்குக் காயல். அதனாலெ கடையிலெயே 100 மில்லி மருந்து வாங்கிக் குடிச்சுட்டு போவார்.”

“எம்பா, நாம்பளும் 100 மில்லி பாளையத்திலிருந்து அடிக்கலாமா.”

நல்ல வேளையாக அவன் என்ன சொல்வது என்று குழம்பிக் கொண்டிருக்கும் பொழுது குழந்தை கவனம் திசை மாறிவிட்டது.

“அப்பா, அப்பா அங்கெ பாரு” என்று தன் விரலைச் சுட்டிக் காட்டியது. இரண்டு அமெரிக்கப் பிரஜைகள். நல்ல உயரம். இருவரும் தாடி வைத்துக் கொண்டு வேஷ்டி கட்டிக் கொண்டிருந்தார்கள். கழுத்தில் ருத்திராக்ஷ மாலை. குழந்தை அவர்களையே கண் கொட்டாமல் பார்த்துக் கொண்டிருந்தது. அவர்கள் ஒருவருடனும் பேசாமல் கடலைக்காரப் பையனிடமிருந்து சிறிது கடலை வாங்கிக் கொண்டு ஒரு மூலையில் சென்று இருந்து கொண்டு அதைக் கொறித்துக் கொண்டு இருந்தார்கள்.

“அப்பா”

“என்னம்மா”

“ஏம்ப்பா அவாள்ளாம் கடலை மாத்திரம் தான் திம்பாளா? சட்டைக்கு மேலே மாலெ போட்டிண்டிருக்கா, அவா யாரு அப்பா?”

அவனுக்கு என்ன சொல்வதென்று தெரியவில்லை. இருந்தாலும் இந்திராவின் குழந்தை இந்திராவைப் போலவே அவனை ஆகர்ஷித்தது. எனவே அதனிடம் உண்மையைச் சொல்வதென்று தீர்மானித்து விட்டான்.

“ஹிப்பிகள்”

“அப்படின்னா?”

“எனக்கு நன்னாத் தெரியாது அம்மா”

“நான் சொல்றேன் அப்பா”

அவனுக்கு ஆச்சரியமாக இருந்தது.

“உனக்கு தெரியுமா என்ன” என்றான்.

“அம்மா சொன்னாள் அப்பா. ஹிப்பி இல்லெ அப்பா சிப்பி. சொல்லு அப்பா சி-ப்-பி. சிப்பி.”

“சிப்பி. அம்மா சொன்னா அப்பா கடல்லெ இருக்குமாம். கிளிஞ் சல் இல்லே கிளிஞ்சல் இரண்டு கிளிஞ்சல் ஒன்னு சேர்ந்தா உள்ளே என்னவோ உறுத்திண்டே இருக்குமாம்.”

அதற்கு மேல் குழந்தைக்குச் சொல்லத் தெரியவில்ல. அவன்தான் சொல்லி முடித்தான். “ஆமாம் குழந்தை, சில சமயம் இப்படி உறுத்தினா முத்துப் பிறக்குமாம்.”

“ஆமாம் அப்பா, அம்மா அப்படித்தான் சொன்னாள்” என்றது குழந்தை.

இருட்டிவிட்டது. குழந்தையை அவன் அது சொல்லியும் கேட்காமல் தூக்கிச் சென்றான். அந்த இரண்டு அமெரிக்கப் பிரஜைகளும் அவர்களைப் பார்க்காமல் பேசிக்கொண்டே முன்னே சென்றார்கள்.

வீட்டில் தன் தாயை கண்டதும் குழந்தை அவளிடம் “அம்மா இரண்டு சிப்பியைப் பார்த்தோம்” என்றது.

இந்திரா அவனைப் பார்த்தாள். அவன் என்ன சொல்வான்? அவளைப் பார்க்கும் ஒவ்வொரு கணமும் அவன் ஒரு சிப்பியாகப் பரிணாமம் அடைகிறான் என்றால் அவள் என்ன சொல்வாள்:

திரை தள்ளும் சாகரத்தில் சிப்பியாகப் புரண்டு முத்துப் பெறுவதற்கு அது சகிக்கும் வேதனை.

கணையாழி, டிசம்பர், 1971

குழந்தைகள்

நவீனன் கொஞ்சகாலமாகவே மாலை வேளைகளில் வெளியே செல்வது தடைப்பட்டு விட்டது. காரணம் வேறொன்றுமில்லை - அவன் பெற்றோர்களுக்கு வயதாகி விட்டது. அவன் தாயார் மிகவும் தளர்ந்து விட்டாள் - தகப்பனாரும். 'அவன்' வீட்டுக் காம்பௌண்டிற்கு வெளியே அவன் தம்பி தன் குடும்பத்துடன் இருந்தான். மூன்று பெண் குழந்தைகள் - 10, 8, 7. அன்று அவன் தம்பியும் மனைவியும் "குழந்தைகள் இங்கு இருக்கட்டும். நாங்கள் கடைத்தெருவுக்குப் போய்விட்டு வருகிறோம்" என்று சொல்லிவிட்டுப் போனார்கள். நவீனன் அவன் படுக்கையில் படுத்துக் கொண்டிருந்தான். அவன் அறையில், எதிர்க்கட்டிலில் அவன் தாயாரும். அவர் - அவன் தகப்பனார் - நடு அறையில் அங்குமங்கும் உலாவிக் கொண்டிருந்தார். சிறிது நேரம் கழித்து ரேடியோவின் அருகில் உட்கார்ந்து கொண்டு பேச ஆரம்பித்தார். "ஒரு முக்கியமான அறிவிப்பு. இரவில் எல்லாக் கதவுகளையும் திறந்து வைக்க வேண்டும். இது கோடி வாசல் மகாதேவையர் உத்தரவு. மீண்டும் கேட்டுக் கொள்ளுங்கள். இரவு முழுவதும் எல்லாக் கதவுகளையும் திறந்து வைக்க வேண்டும்" என்று சொல்லிவிட்டு அவர்கள் அறைக்கு வந்தார். தம்பியின் இரண்டாவது பெண்ணிடம் - தம்பியின் பெண்கள் எல்லாருமே நன்றாக இருப்பார்கள் - இவள் சற்றுக் கூடுதல் அழகு, "ஏ, சரசு, இங்கு வா. என்னுடைய புகையிலை டப்பா காணவில்லை. தேடித்தா" என்றார். அவள் "மாட்டேன்" என்றாள். "சனியன். சொன்னாக் கேக்காது என்ற சொல்லிக் கொண்டு அவர் அறைக்குப் போய்விட்டார்.

அவன் தாயார் கட்டிலில் படுத்துக் கொண்டிருந்தாள் - நடப்பது கூடத் தள்ளாடித் தள்ளாடித்தான் - அவன் தாயாரைப் பற்றி நினைத்துக் கொண்டிருந்தான். மூத்த பெண் - ராவும் பகலுமாகப் படித்துக் கொண்டிருப்பாள் பரீட்சையில் நன்றாகச் செய்யாவிட்டால் அவள் முகத்தைப் பார்க்கச் சகிக்காது - பரீட்சைக்கு முன் தகப்பனாரோ தாயாரோ பாடம் சொல்லிக் கொடுக்க வேண்டும். அவர்கள்

சொல்லிக் கொடுப்பது தனக்குப் புரியாவிட்டால் அழ ஆரம்பித்து விடுவாள். கோபம் கூட, பிறகு படித்ததைத் திரும்பத் திரும்பப் படித்துக் கொண்டிருப்பாள் - யார் என்ன பரிகாசம் செய்தாலும் நல்ல மார்க் வாங்குவாள். இளையவள் அதிகம் படிக்காவிட்டாலும் புத்திசாலி என்று பேர். கடைசிக் குட்டியும் விழுந்து விழுந்து படிப்பாள். அவர்கள் பேசுவதைத் தன் உருண்டைக் கண்களால் கொட்டக் கொட்டப் பார்த்துக் கேட்டுக் கொண்டிருப்பாள். அவர்கள் இருவர் பேரிலும் அவளுக்குப் பரம நம்பிக்கை. அவர்கள் பாட்டியுடன் பேசிக் கொண்டிருந்தார்கள். அவன் படுக்கையிலிருந்து எழுந்து தனது சற்றே சாய்வான நாற்காலியில் சாய்ந்து கொண்டான். அவன் அம்மா சுமாவிடம் "என்ன, சுமா, இங்கே உன்னை ஆணி அடிச்சு இன்னிக்கு உக்காத்தி வச்சிருக்கு இல்லையா?" என்று சிரித்துக் கொண்டே கேட்டாள். அவள் ஒன்றும் சொல்லவில்லை. தாயார் வந்ததும் அவள் அவளிடம் "அப்பம்மா சொன்னா'' என்று ஆரம்பித்து விடுவாள். இல்லாவிட்டாலும் குழந்தைகள் அங்கு வருவது அபூர்வம்தான். பிறகு அவர்கள் படிப்பைப் பற்றிப் பேச ஆரம்பித்தார்கள். மூத்தவளுக்கு அவனைப் பற்றி அவ்வளவு நல்ல அபிப்பிராயம் கிடையாது - தனது அப்பாவைப் போல டிரஸ் பண்ணிக்கிறதில்லை, பின்னெ அங்கெ அடிக்கடி டாக்டர் வருவது, அவன் அடிக்கடி மருந்து வாங்கிக் கொடுப்பது, புஸ்தகம் புஸ்தகமா வாங்கறது, மாஸத்திலெ ஒரு தடவையாவது சினிமாவுக்குப் போறது கிடையாது. யார் வந்தாலும் அவாளுக்கு டீ காபி கொடுக்கச் சொல்வது, மணிக்கணக்கா உக்காந்து பேசறது, சிலசமயம் ரொம்ப லேட்டா வீட்டுக்கு ஆட்டோ ரிக்ஷாவிலெ வரது - இப்படியாக. வேறு சில காரணங்களும் உண்டு. அவள் அவனிடம் வந்து "பெரியப்பா" என்றாள்.

என்ன ?

'பெரியப்பாவுக்குக் கணக்குத் தெரியாது இல்லையா?'

அவனுக்குக் குழந்தையானாலும் தனக்குத் தெரியாததைத் தெரிகிறது என்றோ, வேறு வழியாகப் பேச்சைத் திருப்புவதிலேயோ நம்பிக்கை இல்லை. ஆதலால் "தெரியாது'' என்றான்.

"ஸயன்ஸ்"

நேக்கு அதெல்லாம் தெரியாது

நிஜமா?

ஜெனரல் நாளெஜ்ஜோ?

அதுவும் தெரியாது

“பெரியப்பாவுக்கு ஒன்னுமே தெரியாது” அதற்குள் இளையவள் முன்னிட்டு “நான் சில கேள்வி கேக்கறேன். பதில் சொல்வாயா?” அவன் பேசாமலிருந்தான், அதற்குள் பெரியவள் “பெரியப்பா ஸ்கூலிலே படிக்கறபோது எத்தனாவது ராங்க்?” அவனுக்கு இதற்கு விடை தெரியுமாதலால் சற்றும் தயக்கமில்லாமல் பதில் சொன்னான். “கடைசியிலிருந்து ஆரம்பிச்சா நான் முதல்” என்று சொன்னான். குழந்தைகளுக்குச் சந்தோஷம் தாங்கவில்லை. மூத்தவள் பாட்டியிடம் சென்று “பெரியப்பா சொல்றார் அவர் ஸ்கூல்லெ படிக்கற போது கடைசியிருந்து முதல்னு” அம்மாவுக்குக் காது கேட்கவில்லை.

அவன் “இதிலெ சிரிக்கிறதுக்கு என்ன இருக்கு. நீங்களெல்லாம் ஆரம்பத்திலேயிருந்து முதல்னா நான் கடைசியிலிருந்து முதல்” என்றான். குழந்தைகள் மீண்டும் மீண்டும் விழுந்து விழுந்து சிரித்தார்கள். “பெரியப்பாவுக்குக் கணக்கிலெ என்ன மார்க்?”

“100க்கு 24.”

இதற்குள் இளையவள் மூத்தவள் காதிலெ என்னவோ சொன்னாள். மூத்தவள் அவளிடம் “பெரியப்பா, முதல் முதல்லெ பேனாவை யார் கண்டுபிடிச்சா?”

“யார்?”

“பெரியப்பாவுக்குத் தெரியாதா?”

“தெரியலையே. நீ தான் சொல்லேன்.”

“வாட்டர்மான்”

அதற்குள் இளையவள் இன்னொரு கேள்வி கேட்டாள்.

“NewS எப்படி form பண்றது?”

அவன் NEWS என்றான். அவர்கள் சிரித்தார்கள். “தப்பு நார்த், ஈஸ்ட், வெஸ்ட், ஸவுத் இந்த எல்லா இடத்திலிருந்தும் news கிடைக்கறதைப் போடறது”

அவன் “அப்படியா” என்றான். மூத்தவள் “பெரியப்பாவுக்கு INERTIA ன்னா என்னென்னு தெரியுமா?” என்று கேட்டாள். அவன் “அதுதான் சொன்னேனே ஸயன்ஸ்னா எனக்கு வராதுன்னு.” அவர்கள் மீண்டும் சிரித்தார்கள். மூத்தவள் ஆங்கிலத்தில் INERTIA வின் சூத்திரத்தைச் சொன்னாள். கடைசிக்குட்டி பாவம் இவனையே பார்த்துக்கொண்டிருந்தாள். அவளுக்குப் பெரியப்பா இவ்வளவு பெரியவராயிருந்தும் இவ்வளவு பெரிய முட்டாளா இருக்காரே என்று ஒரு அதிசயம். அவன் மூத்தவளைப் பார்த்து “நான் ஒன்னெ ஒரு கேள்வி கேக்கறேன். நீ பதில் சொல்வாயா?” என்றான்..

அவள் "ஓ" என்றாள்.

"குடையை யார் கண்டுபிடிச்சா?" மூத்தவள் இளையவள் முகத்தைப் பார்த்தாள், இளையவள் மூத்தவள் முகத்தையும்.

"தீப்பெட்டியை?"

இருவருக்கும் என்ன சொல்வதென்று தெரியவில்லை. அவன் தாயார் அவனிடம் "நவீனா அந்த ஃபானைக் கொஞ்சம் திருகிவிடு" என்றாள். இவன் ஃபானை திருகி விட்டதும் அது ஓட ஆரம்பித்தது. குழந்தைகள் அவனைப் பார்த்துக் கொண்டிருந்தார்கள். அவனுக்குக் குழந்தைகளானாலும் அதிகம் விளையாடக்கூடாது என்று தோன்றியது. அதுவும் மத்தவர்கள் தங்களுக்குச் சொல்லிக் கொடுக்காத பாடங்களும் வாத்தியார் கேட்காத கேள்விகளும் இருக்கலாம் என்று நினைத்தாலே அழுகை வந்துவிடும், கூடவே கோபமும். எனவே அவன் அவளிடம் "சந்திர மண்டலத்திலெ முதல்லெ யார் காலடி வைச்சது"ன்னு கேட்டான். அவள் உடனே "நீல் ஆர்ம்ஸ்ட்ராங்" என்றாள். அவன் அவளிடம் "நீ கெட்டிக்காரி தாண்டி. உன் வயசிலே என்னைக் கேட்டாச் சொல்லயிருக்க மாட்டேன்" என்றான். இருந்தாலும் குழந்தைகளுக்கு முன்னாடியிருந்த உற்சாகமில்லை. அவன் மூத்தவளைக் கூப்பிட்டு "உனக்கு இங்க்லீஷ் தெரியுமில்லையா?"

"பெரியப்பாவுக்கு இங்கிலீஷ்லே எத்தனை மார்க்?"

"அதை ஏன் கேக்கறே, 40, 43ன்னு நினைக்கிறேன்"

"பின்னெ பெரியப்பாவுக்கு இந்த வேலை எப்படிக் கிடைச்சது?"

"எப்படியோ கிடைச்சுதுன்னு வெச்சுக்கோயேன்." குழந்தைகளுக்கு மீண்டும் உற்சாகம் வந்துடுத்து. அவன் அவளைக் கூப்பிட்டு "இந்தப் புத்தகத்திலிருந்து பாரு" என்று அதில் ஒரு ஆங்கிலக் கவிதையைப் பார் என்றான். அவள் கீழில் 'நவீனன்' என்ற பெயரைப் பார்த்துவிட்டு சின்னவளிடம் "பெரியப்பா எழுதியிருக்கிறார்" என்றாள்.

"பெரியப்பாவா?"

"ஆமா"

"உனக்குத்தான் இங்க்லீஷ் தெரியுமே. அதைப் படியேன்" அவள் படிக்க ஆரம்பிச்சதும் சிரிக்க ஆரம்பிச்சுட்டா . "என்ன பெரியப்பா, ஒவ்வொரு பெண் பேரா எழுதி வைச்சிருக்கேள்? விமலா, சுபா, சுகுமாரி, இப்படின்னு?"

நேக்குப் பெண்கள்னா ரொம்பப் பிடிக்கும். உன்னைக் கூட பிடிக்கும்.

இதற்குள் இளையவள் இடைமறித்து "அவளுக்கு ஆண்கள்னாப் பிடிக்கும்" என்றாள். சுமா அழ ஆரம்பித்து விடுவாள் மாதிரி இருந்தது. அப்பாகிட்ட சொல்லிக் கொடுத்து விடுவாளோ என்று சின்னவள் அவளைச் சமாதானப்படுத்திக் கொண்டிருந்தாள். அவன் இதையெல்லாம் பார்க்காதது போல் "சுமா அந்த நிலைக்கண்ணாடி பக்கத்தில் என்னுடைய வெற்றிலைப் பெட்டி இருக்கு. அதை எடுத்துண்டு வா" என்றான். அவள் எடுத்துக் கொண்டு வந்து கொடுத்தாள். அதற்குள் கடைக்குட்டி ஸரசு என்னவோ ரகசியம் பேசினாள். அவன் அவளிடம், "அவள் காது இருக்கட்டும்" என்றான். சுமா அவர்கள் இருவரையும் பார்த்துக் கொண்டிருந்தாள். அவன் வெற்றிலை போட்டுக் கொண்டிருந்தான். ஸரசு அவனிடம் "பெரியப்பா, ஒரு கடுங்கதை போடறேன் சொல்றேளா" என்றாள்.

அவன் "கடுங்கதையா?"

சுமா "விடுகதை"

அவன் "சரி"

ஸரஸூ மூத்தவளிடம் "அம்மா சொல்வாளே அது என்ன" என்றாள். அவள் அவள் காதோடு என்னவோ சொல்ல அவனிடம் அவள் "ஒரு கரண்டி மாவிலே ஊருக்கெல்லாம் ஒரு தோசை" என்றாள். அவன் விழித்தான். ஸரசு "தெரியலையா?" அவன் பலமாகத் தலையை ஆட்டினான். ஸரசு "சந்திரன்". கடைக்குட்டி மறுபடியும் பெரியவளைக் கூப்பிட்டு என்னவோ சொன்னாள். பெரியவள் அவனிடம் கேட்டாள் "ஒரு கறுப்பு மாடும் ஒரு வெள்ளை மாடும் ஆற்றங்கரைக்குப் போச்சு, கறுப்பு மாடு செத்துக் கிடந்தது. வெள்ளைமாடு அப்படியே இருந்தது."

"தெரியலையே"

"நிசம்மா?"

"நிசம்மா"

"உமிக்கரியும், பஸ்மமும்"

"பஸ்மம்?"

பெரியவள் "விபூதி"

"அதெப்படி?"

"உமிக்கரியைப் பல் தேய்க்கிறோம். விபூதியைப் பத்திரமா வச்சுக்கிறோம்."

அப்பொழுதுதான் அவனுக்கு ஞாபகம் வந்தது. தம்பி கல்யாணத்துக்கப்புறம் ஒழுங்காக சந்தியாவந்தனம் செய்து கொண்டிருந்தான் என்பது. அவன் மனைவி சற்று வைதிகம். இதை அவன் ஞாபகத்தில் வைத்துக் கொண்டு கேட்டான் "யாருக்கு முன்னாடி, எங்கே நாம்ப கண்ணை மூடிக்கொண்டு, கையை கட்டிண்டு நிக்கறோம்?"

பெரியவள் சிரித்துக் கொண்டே "பாத்ரூம்லே போற போது" என்றாள். விடை தவறாக இருந்தாலும் அவனுக்கதில் ஒரு சந்தோஷம். அவன் அவளிடம் "பாட்டியைக் கேள்" என்றான். அவன் தாயார் அவனிடம் "சாமிக்கு முன்னாடி" என்றாள். அவன் மறுபடியும் "நானா ஒரு விடுகதை போடறேன். நீங்க சொல்றேளா?" என்று கேட்டான்.

"சரி"

"எல்லோரும் என்னைப் பார்க்கறா. நான் ஒத்தரையும் பார்க்க மாட்டேன்"

அவர்களுக்கு விடை தெரியாவிட்டாலும் அவனிடம் புது மதிப்புத் தோன்றிய மாதிரி இருந்தது.

"பெரியப்பாதான் சொல்லேன்"

"கண்ணாடி"

"சரி எல்லாரும் என்னைப் படிக்கிறா நான் ஒன்னும் படிக்க மாட்டேன்."

மூத்தவள் "புஸ்தகம்"

அவன் "சரி நீங்களா ஒன்னு போடுங்களேன்?"

ஸரசு "எல்லோரும் என்கிட்ட இருக்கா. ஆனா நான் ஒத்தர் கூடையும் இல்லே"

அவன் "வீடு"

ஸரசு "இல்லை. பெட்டி"

சுமா "போடி, தப்பு. பெரியப்பா சொன்னது சரி"

"இல்லை பெட்டி"

அவன் "சுமா நீயா ஒன்னு புதுசா கேளு"

"எல்லாரும் என் மேலே படுத்துக்கறா. நான் ஒத்தர் மேலேயும் படுத்துக்கறதில்லை"

"படுக்கை தானே. என்னடி நான் சொல்ற மாதிரியே சொல்றே. நீ புதுசாச் சொல்லேன்"

பெரியப்பாதான் சொல்லேன்

"சரி. நான் ஓடிண்டே இருக்கேன். ஆனா ஒரு இடத்துக்கும் போகமாட்டேன்" குழந்தைகள் எல்லோருக்கும் இது மிக ஆச்சரியமாக இருந்தது. மறுபடியும் "என்ன பெரியப்பா, திருப்பிச்சொல்" என்றார்கள். அவன் சொன்னான்.

"அது என்ன பெரியப்பா?"

"ஃபான்"

அப்பொழுது அவர்கள் பெற்றோர்கள் வர, அவர்கள் போய்விட்டார்கள். சின்னவள் தன் அப்பாவிடம் "பெரியப்பா ரொம்ப interesting ஆக பேசிண்டிருந்தார்" என்று சொல்லிக் கொண்டிருந்தாள்.

அப்பொழுது அவன் தகப்பனார் அவனிடம் வந்து "8-30 மணிக்கு இங்கே நிக்ஸன் என்னைப் பார்க்க வரான். நான் அப்புறம் சாப்பிட வரேன். நீ அம்மாவுக்குச் சாதம் போட்டுவிடு" என்றார்.

அவன் தாயாரிடம் "அம்மா, நீ வா. மணி 7-30 ஆகிவிட்டது. நீ சாப்பிட வா" என்று அவளை அழைத்துக் கொண்டு சாப்பிடும் இடத்திற்குச் சென்றான்.

1976

வெயில்

அவனுக்கு வயதாகிவிட்டது. ஐம்பதிலிருந்து நகர்ந்து ஐம்பத்திரண்டு ஆகிவிட்டது. தான் கூடாமலேயே பிரிந்து விட்ட சுசீலாவின் ஞாபகம் அடிக்கடி வராமல் இல்லை. இப்பொழுது அவள் இந்த ஊரில் இல்லை. நடுவில் அவள் இருக்கும் ஊருக்குச் சென்று அவளைப் பார்த்துவிட்டு வரலாமென்று சென்றான். கூட வந்த நண்பர் அவள் வேலை செய்யும் இடத்தில் அவள் லீவில் போயிருக்கிறாள் என்றதும் "பிரசவத்திற்காக இருக்கலாம்" என்றதும் ஞாபகம் வந்தது. பின்னாடி அது அப்படியிருக்கலாம் என்று ஊர்ஜிதமாயிற்று. இப்பொழுது பிரசவம் கழிந்திருக்கும். அவள் அங்கு இருப்பாள். அவன் இங்கிருப்பதைப் போல், அவளுக்குத்தான் அண்மையில் எழுதியிருந்த ஒரு நாவலை அனுப்பியிருந்தான். ஒரு கடிதமும் எழுதியிருந்தான். அவன் எதிர்பார்த்தபடி இரண்டிற்கும் பதில் இல்லை. இதில் அவனுக்கு ஏமாற்றமில்லை. ஆனால் அவள் இவன் கடிதத்திற்குப் பதில் போட்டிருந்தால் சந்தோஷப்பட்டிருப்பான். பதில் போடாததினால் வருத்தமடையாவிட்டாலும், இப்பொழு தெல்லாம் அவளைப் பற்றி ஒன்றும் எழுதக்கூட முடியவில்லை. அப்படிச் சொல்வது கூடத் தவறு, அவன் இப்பொழுது எழுதிக் கொண்டிருக்கும் ஒரு நாவலில் ஒருத்தி வந்து புகுந்த பொழுது அதை எழுதி முடித்த பின் அவள் - இவள்தான் என்று இவனுக்குத் தோன்றியது. இது மாத்திரமில்லை. அவள் இந்த ஊரிலிருந்த பொழுது இந்த இடத்தில் இந்தச் சமயத்தில் அவள் இருப்பாள் என்பது அவனுக்குத் தெரியும். ஒவ்வொருமுறையும் அவளைப் பார்க்கும் பொழுது இவனுக்கு ஒரு தனி மகிழ்ச்சி. அது மாத்திரமில்லை. இப்பொழுதெல்லாம் ஒல்லியான உயரமான பெண்கள் சிலரைப் பார்க்கும் பொழுதெல்லாம் அவனுக்கு அவள் ஞாபகம் வரும். இத்தகைய பெண்களில் ஒருத்தி இவனைப் பார்த்ததும் பார்க்காததுபோல் போக நகர்ந்ததால் அவள் நின்று "சார், வணக்கம்" என்று சிரித்து விட்டுப் போனாள். தெரிந்ததுதான். இவன் மிகவும் நம்பின ஒரு நண்பன் ஒரு முறை இவனிடம் நாணயக்

குறைவாக நடந்து கொண்டான். அவனைப் பார்க்கும் போதெல்லாம் இவனுக்கு இது ஞாபகம் வரும். அவனுக்கு இது ஞாபகம் வரவே வராது. ஒருநாள் இவன் - அவன். அவன் இவனைப் பார்க்கிறான் என்று அவனுக்குத் தெரியாது. மவுண்ட் ரோட்டில் நல்ல வெய்யிலில் முகத்தைத் தொங்கப் போட்டுக் கொண்டு நடந்து செல்வதைப் பார்த்தான். அப்பொழுது இவனுக்கு அவன் வேறு யாரோ போல் இருந்தான். இவன் அவளைப் பார்க்கப் போன இடத்தில் தன் ஸ்தானத்திலிருந்து இவன் இருந்த இடத்திற்கு வேலை நிமித்தம் என்ற பாவனையில் சற்று நின்று விட்டுப் போனதை இவன் கவனிக்காமல் இல்லை. அவள் அப்படி வந்து நின்றதற்குத் தான் கற்பித்த காரணம் இல்லாமல் இருக்கலாம் என்பதும் இவனுக்குத் தெரியாதது இல்லை. இப்பொழுதெல்லாம் அவனுக்கு அவளைப் பற்றி நினைவு வரும் பொழுதெல்லாம் அவள் புதிதாக வைத்துக் கொண்டிருந்த பன் கொண்டைதான் ஞாபகம் வந்தது. அவர் இவன் நண்பர் இவனை அப்படி நடத்தியிருக்கவே வேண்டாம். ஆனால் அவரைப் பார்க்கும் பொழுதெல்லாம் இவனுக்கு அவர் தன்னிடம் ஏன் இப்படி நடந்து கொண்டார் என்ற ஆற்றாமைதான் வந்தது. இதிலிருந்து அவன் விடுபட முடியாமல் தத்தளித்துக் கொண்டிருந்தான் என்று தான் சுசீலா இவனிடம் எனக்கு நாட்டம் என்று சொன்னால் பக்கத்தில் நடப்பவர்கள் எல்லாம் நண்பர்கள் இல்லை என்பது தெரிவதற்கு நாளாகிறது என்பது மாத்திரமில்லை, தன்னை முழுவதும் அழித்துக் கொண்டுவிட்டால் ஒரு விதப் பிரச்சனையும் கிடையாது என்று அவனுக்குத் தோன்றாமல் இல்லை. இவன் விரும்பிப் படிக்கும் ஆசிரியை - இவனுக்கு ஏன் பெண்கள் மீது இவ்வளவு நாட்டம். ஸைமன் வில் எழுதியது ஞாபகம் வந்தது - ஒரு அழகான பெண் தன் அழகில் நம்பிக்கை பெறுகிறாள். ஆனால் ஒரு குரூபியான பெண் கண்ணாடியில் தன் உருவத்தைக் கண்டால் தான் அது இல்லை என்பதை நிச்சயமாக உணர்கிறாள். ஆனால் சுசீலா தன்னிடம் வைத்துக் கொண்டிருக்கும் உறவுதான் என்ன. அவன் வீட்டில் அவர்கள் மூவர் - அவன், அவன் தாயார், தகப்பன் - 52, 73, 74 முறையே அண்ணன், தம்பி தங்கைமார்கள் வெவ்வேறு இடங்களில் நடுவில் குடும்பத்தில் நடந்த பண விஷயம்தான் - ஒரு சம்பவத்தில் 74க்கு சித்தங் கலங்கியது. ஒரு நாள் சாப்பிடக் கூப்பிட்ட பொழுது "நான் இருக்கிற இடத்தில் ஒரு நாய் உட்கார்ந்திருக்கிறது. அதைத் துரத்து" என்றார். ஒரே காம்பௌண்டில் இருந்த இவன் ஒரு தம்பி "பயப்படாதே வயது கோளாறுதான்" என்றான். அவர் அப்படிச் சாப்பிட மறுத்ததால் இவன் அவரையும் அழைத்துக் கொண்டு மென்டல் ஆஸ்பத்திரிக்குப் போக வேண்டி இருந்தது. ஒரு மாதம் சிகிச்சை, சிகிச்சை என்ன? மாத்திரைகளின் மூலம் போதை இப்பொழுது தேவலை - அவர் கிடைக்கும் பொழுதெல்லாம் 73ஐ

அதிகார தோரணையில் ஆட்டிக் கொண்டிருந்தார் - நடுவில் நாலு வீடு தாண்டி இருந்த நல்லசிவன் பிள்ளை செத்துவிட்டார் தகவல் - 73, 74 இடம் அவன் நமக்கு எல்லாம் சேர்த்துப் போய்விட்டு வருவான் "அலட்டிக் கொள்ளாதீர்கள்" என்றது. அவன் போனான். வாசலில் நல்லசிவன் பிள்ளையின் மகன், "உள்ளே" என்றான். உள்ளே பிரேதம். விபூதி பூசிய நெற்றி. துணியால் அதை மூடியிருந்தார்கள். தலைப்பக்கம் ஒரு குத்துவிளக்கு எரிந்து கொண்டிருந்தது. இவன் வெளியே வந்தான். மகனிடம் "என்ன வயது" என்றான் '72' என்றான்.

மாப்பிள்ளை வந்தான், "கார்ப்பரேஷன் ஆம்புலன்ஸ் புக் பண்ணியாகிவிட்டது" என்றான். இவன் திரும்பினான். 74 இன் முகத்தைப் பார்க்க முடியவில்லை. அம்மா மாத்திரம் "நவீனா, ஆம்புலன்ஸ் நல்ல நீளமா?" என்று கேட்டாள். அப்பொழுது வேனுக்கு ஞாபகம் வந்தது தன்னால் ஏன் எழுத முடிகிறது என்று. இரண்டு மாதத்திற்கு முன் ரத்தபேதியாகி ஆரம்பித்த வியாதியால் இவன் உடல்நிலை மிகவும் மோசமாகிவிட்டது. இவன் தேகமே இவனுக்குச் சத்ருவாகி விட்டது. என்னவெல்லாமோ நினைத்துக் கொண்டு இன்னும் அவஸ்தைப் பட்டுக் கொண்டிருந்தான். வெளியில் எங்கும் போவதில்லை. அதுவும் அந்தப் பிரேதத்தைப் பார்த்த பிறகு இரண்டு நாட்களுக்கு முன் தன் வீட்டுக்கு கேட்டருகில் ஒரு பாம்பு நெளிந்து செல்வதைப் பார்த்துக் கொண்டிருந்தான். அதைத் தொடர்ந்து இரண்டு நாட்களாகக் கேட்டுக்கருகில் செல்லும் பொழுதெல்லாம் பயப்பட்டான். பிரத்யக்ஷத்திற்கு ஒரு சக்தி இருக்கிறது. அந்தப் பிரேதத்தின் முகம் அடிக்கடி ஞாபகம் வந்தது. அப்பொழுதெல்லாம் இவன் தேகம் உள்ளே குளிர்ந்தது. தனியாக அம்மாவுடன் இவன் சாதாரணமாக இருக்கும் அறையில் இருப்பவன் வாசலில் ஒரு சூரல் சாய்வு நாற்காலியில் உட்கார்ந்து கொண்டான். அம்மா அவனைத் தேடிக் கொண்டு வருவாள். இப்படி ஒரு வாரம் இரத்தபேதி. ஆரம்பித்த புதிது. டாக்டர், இவனிடம் தேகத்தில் போஷனை இல்லை. அது முன் நிலைக்கு வரக் கொஞ்சம் நாளாகும். நோயாளிகள் தங்கள் தேகம் டாக்டருக்கு ஒரு திறந்த புத்தகம் மாதிரி என்று நினைக்கிறார்கள். அப்படி ஒன்றுமில்லை என்றதும் ஞாபகம் வந்தது. உடல் நிலை மிக மோசமானதும் உள்ளுக்குள் குளிர்ந்தது. தேகம் இருக்கும் பொழுது அது போக எத்தனிக்கும் போது தான் ஒரு கலவரம். ஒரு மாதம் இரண்டு மாதம் வீட்டுக்குள்ளேயே வளையவந்து கொண்டிருந்தான். மணி நாலானால் முன்னாடியெல்லாம் என்னால் வீட்டில் இருப்புக் கொள்ளாது. ஸைக்கிளை எடுத்துக்கொண்டு சிவன் ஆபீஸிற்குப் போய் விடுவான். பிறகு பேச்சு, பேச்சு, பேச்சு, இல்லாவிட்டால் ஹரிஹர சுப்ரமண்ய ஐயரையும் அழைத்து கொண்டு ஸெக்ரட்டேரிட்டின் பின் புறமாக உள்ள புல்தரையில் சந்தித்துப் பேசிக் கொண்டிருப்பான். இல்லாவிட்டால் ஏதாவது புத்தகக் கடை,

ஏதாவது பாரில்... இப்படியாக இல்லாவிட்டால் கோட்டையில் நடப்பது - சுதேச மன்னர்கள் ஆண்ட நாட்களில் அவர் கட்டிய கட்டிடங்கள், கோவில்களுக்குத்தான் என்ன அழகு இப்பொழுது தேகம் படுத்து விட்டது. தன் அறையில் சூரல் நாற்காலியில் உட்கார்ந்து கொண்டு மணிக்கணக்காக கண் எட்டியவரை கொல்லையைப் பார்த்துக் கொண்டிருந்தான். நான்கு மணிக்கு ஒரே வெயில். சாதாரண நாட்களாக இருந்தால் சிவன் ஆபீஸ், மெயின் ரோட், பி.ஸி. நூல் நிலையம், அபூர்வமாக ஸேவியர் பார் என்று திரிந்து கொண்டிருப்பான். இப்பொழுது மணிக்கணக்காகக் கொல்லையைப் பார்த்துக் கொண்டு சூரல் நாற்காலியில் இருப்பான். இவன் நடுவில் நடுவில் சுசீலாவைப் பற்றி சிவனிடம் பிதற்றிக் கொண்டிருப்பான். இவன் மனதிலிருந்து மெல்ல மெல்ல அந்தக் கேட்டின் அருகில் பார்த்த பாம்பும் அந்தப் பிரேதமும் விலகிக் கொண்டிருந்தன. கொல்லையில் வெயில் திடீரென்று தெரியும். அங்கு தென்னை, கமுகு, புளியமரம், மாட்டுச்சாணி, அக்காக்குருவி இப்படியாக, இப்படியாக, பிறகு வெயில் குறையும் பொழுது ஒரு இருட்டுப் பச்சை அது கூடப் பயமாக இல்லை. மறுபடியும் வெயில், ஒரு இலை இருட்டில் கொல்லையில் நாலு எட்டுக்கப்பால் வளைந்து செல்லும் பாதை தெரியும். பஸ்டாண்டில் சில சமயம் சுசீலா புடவையை இழுத்து மூடிக் கொள்வதைப் பார்த்திருக்கிறான். 6 மணி வரை பார்த்துக் கொண்டிருப்பான். பிறகு வாசல் திண்ணையில் வந்து உட்கார்ந்து கொண்டிருப்பான். தாயாருடன் 74 பூஜை அறையில். இப்பொழுது எல்லாம் தன் வயது காலத்தில் அவர் பூஜை செய்கிறார். அது தான் கஷ்டமாக இருக்கிறது. அவன் உடல் நிலை சரியாகிவிட்டது. அவன் வெற்றிலை போடுவதை நிறுத்திவிட்டான். பயம் கொண்டு மாத்திரமில்லை, அவசியமில்லை என்றதால். இப்படித்தான் பலவும்; மௌண்ட் ரோடில் அவள் தலையைத் தொங்கப் போட்டுக் கொண்டு நடந்தது கூட மறைந்து விட்டது. தான் வந்த பிறகு ஒரு இரவு எதிர்பாராத சமயம் சாரதி "நவீனன் இருக்கிறாரா?" என்று கேட்டுக் கொண்டு வந்ததும் ஞாபகம் வந்தது. அவன் மனதில் வெயில் திசை மாறி அடித்துக் கொண்டிருந்தது. சுசீலாவின் புடவையை இழுத்துப் போத்திக் கொண்டு பஸ் ஸ்டாண்டில் நிற்கும் தோற்றமும் இல்லை - இருட்டுக்கப்பால் ஒரு பாதை தென்படுவதையும்தான் அவன் பார்த்தான் அவன் மனதில் வெயில் மாத்திரம் அடித்துக் கொண்டிருந்தது. சில சமயம் அது நிழலாகவும் இருளாகவும் மாறினாலும் அதன் வசீகரத்தில் அவன் ஆட்பட்டான்.

விழிகள், 1978.

நிலக்கடலையும் பீடித்துண்டுகளும்!

வழக்கம் போல் நடுப்பகல் 12:30க்குத் தன் கூடைக் காய்கறிகளுடன் அங்கு வந்த நின்றாள் அவள். அவ்வாசல் திண்ணையில் அவனுக்கு அது வழக்கமாகிவிட்டது. அவன் பெற்றோர், ஒரு இளைய சகோதரன் எல்லோரும் ஒருவர் பின் ஒருவராக இறந்தபின் அதுவும் தாயாரின் பிரிவிலிருந்து இன்னும் விடுபட்டான் என்று சொல்ல முடியாது பிரம்மச்சாரி. ஒன்றிலும் ஈடுபடாமலும் ஏதோ ஒரு சுயப் பிரக்ஞையில் நாட்களைக் கடத்திக் கொண்டு வந்து தானும் குடும்பச் சூழ்நிலையில் பிணைக்கப்பட்டது. கல்லூரி ஆசிரியன் அந்த அமெரிக்க நாடகம், அந்தப் பாத்திரம் கடைசியில் நீங்கலாக உணர்வது தன்னுள் தானே சிறையாகி விட்டதாகப் பேசிக் கொண்டிருந்தாள். பேசுவதை விடக் கேட்பது தன்னுள் இருப்பதைவிட வெளியில் வந்து நிற்பது, உலகத்தையும் தெரிந்து கொள்ள வேண்டிய நிர்ப்பந்தம், தனியாக இருந்தாலும் ஏதோ ஒன்று வந்து தன்னை இணைக்கிறது. அது?

"சாமி அது இறந்துவிட்டது? வேறென்ன குடி, குடி, குடி, வீட்லெ இருந்தாலும் சண்டைதான். அதனாலெ கூடையை எடுத்துண்டு வெளிலே போய்டுறேன்."

மனம் ஓடிக்கொண்டிருந்தது. தன் வாழ்வில் ஒரு கட்டம். அந்தச் சிமெண்ட் சீட்டில் படுத்துக் கொண்டு பஸ்களைப் பார்த்துக் கொண்டிருக்கிறேன். அவைகளின் சக்கரங்களின் அடியில் அவன். அவை அவன் மீது உருண்டு செல்கின்றன... பிறகு இந்தப் பரபரப்பிலிருந்தது, விபரீத ஆசையிலிருந்து தன்னை விடுவித்துக் கொள்ள அவன் எடுத்துக் கொண்ட முயற்சிகள்... அவைகளையும் மீறிச் செல்லும் மனதின் மயக்கம்... ஒரு முறை ஏற்பட்ட சலனம அதே சமயம் நின்று விடுவதில்லை... அடிக்கடி அந்த ஆசை, பைத்திய நிலைக்குக் கொண்டு வரும் அளவுக்கு... ஒவ்வாத அனுபவங்களுடன், ஒவ்வாத மனிதர்களுடன் ஒட்டுவதை விட... தன்னிலிருந்து உருவான நிழல்கள் தன்னை மீறித் தாங்களாகவே சலித்துக் கொண்டிருக்கின்றன. அந்தக்

கவிதை அந்தக் கூடைக் காரியின் வாழ்க்கை... அந்த அயல் நாட்டுக் கவிஞர்கள்... அவன் ஒரு ருஷ்யக் கவிஞன்.

ராத்திரி, ஒரு தெரு, மருந்துக்கடை, அர்த்தமில்லாத ஒரு மங்கிய விளக்கு.

இன்னும் ஒரு கால் நூற்றாண்டு நீ ஜீவித்துக் கொண்டே இருந்தாலும் எல்லாம் இப்படித்தான் இருக்கும், வேறு வழியில்லை.

நீ செத்துப் போவாய்... மறுபடியும் முதலிலிருந்து தொடங்கி னாலும், எல்லாம் அதே மாதிரித் திரும்பி வரும் முன்னிருந்த மாதிரி.

ராத்திரி சில்லென்று சிற்றலை செல்லும் அந்தக் கால்வாய், அந்த மருந்துக் கடை, அந்தத் தெரு, அந்த விளக்கு.

அவள் பேசிக் கொண்டிருந்தாள். "சாமி அது போய்டுத்து இந்த இரண்டு குட்டிகளையும் விட்டு, பையன் படுசுட்டி. அப்பன் இல்லே. அதனாலெ ஒன்றும் சொன்னாக் கேக்க மாட்டான்.

ஆனா ராத்ரி... அதெ வீட்லெ தான் அடக்கம் செய்திருக்கோம்... அதுங்களுக்குப் பயம்... இறந்தவங்க வீட்டைச் சுத்திண்டு இருப்பாங்கன்னு... இப்ப... இப்ப அது இருந்தா ஒரு புருஷத் துணையாவது இருக்குமேனு மனது கிடந்து அடிச்சுக்கறது. பின்னே இந்தக் குச்சுலெ பின்புறத்து அந்தக் கிழவன் நாந்துண்டு செத்தது... அது வேறே... மூத்தவ பெட் டெங்கறதாலே இருக்கலாம்... அவன் இங்கே வராப்லெ சொப்னம் கண்டு கத்தறது... இப்படியெல்லாம் வரப்பொ அது இருந்தா ஒரு ஆச்வாசம்னு தோணாமலும் இருக்கிறதிலெ."

அவனையும் அறியாமல் அவன் கேட்டுவிட்டான் "அதென்ன? யாரோ நாந்துண்டு செத்தான்னு?"

அதுவா சாமி அதெ ஏன் கேக்கறீங்க... பாவிப்பய... பாவிப்பய... ரண்டு பிள்ளைதான்... கட்டினவ பத்து வருஷத்துக்கு முன்பே போய்ட்டா. வயசு 50, 60 இருக்கும். இந்த இரண்டு பிள்ளைதான் எதிர்ச் சாரியிலே ஒரு சாயாக்கடை வெச்சிருந்தான். தாமசம் வேறெ இடத்திலெ. இரண்டாவதவன் என் வீட்லெ பின் குச்சிலெ அவன் இன்னும் கட்டலெ. கிழவன் எப்பவும் சாயாக் கடலெதான். ஒரு நா வெளுப்பான் காலத்தில அம்மாவன் சாயக் கடலெ அடுப்புலே பால் வைக்கறப்போ அது கொட்டிச்சு, பின்னெ அப்பனுக்கும் மகனுக்கும் பேச்சுத் தடிச்சுட்டது.

பின்னெ நடந்ததைத்தான் சாமி, இப்ப நினைச்சாலும் நேக்கு ஒண்ணுமே பிடிக்கலே... பாவிப் பய... வழக்கமா அவ மூத்தவனோடு தான் தாமசம்... அன்னிக்கு மாத்ரம் இங்கெ வந்துட்டான். இவதான் முதல்லெ சொன்னா... அது தான் என்டெ மூத்த பெண்... அதுக்கு

அப்ப 10 வயசு... நான் போய்ப் பார்த்தேன்... உத்ரத்லெ நாந்துண்டு தொங்கறான். தரெலெ ரண்டு கட்டுப் பீடித் துண்டுகள் நிலக் கடலெயுடே மேல்தொலி சிதறிக் கிடக்கு... பின்னே போலீஸ்... அந்தப் பாவிப் பய இப்படியா செய்யணம்... நாந்துண்டு இங்கையா தொங்கணம். நானும் அப்ப வீட்டுல இல்லெ... அவன் வந்ததையும் ஒத்தரும் பாக்கல்லெ. அந்தப் பையனும் ரண்டு நாக் காயலா இருந்ததாலெ ஆஸ்பத்திரிக்குப் போயிருக்கான்... திரும்பி வந்ததும்... இப்ப நினைச்சாலும் மனசு என்னமோ பண்ணுது... அதுவும் அந்தப் பீடித் துண்டுகளையும் நிலக்கடலெத் தொலியையும் பார்த்தா மனுஷன் ரொம்பவும் வேவலாதிப் பட்டிருப்பான்னுதான் தோணுது.

அவள் போய் விட்டாள். இவ்வளவையும் சொல்லி விட்டு, ஆனால் அவளாகச் சொல்லவில்லையே, தான் கேட்கப் போய்த்தான் அவள் சொன்னாள். வெளிவாசல் திண்ணையில் நன்றாக இருட்டுகிற வரையில் தனியாகச் சூழ்வெளியை வெறித்துக் கொண்டு உட்கார்ந்திருந்தான். அந்த நடு இரவிலும் ஒரு பஸ் போகும் சப்தம்.

வருகிறாயா?

அவன் அசையவில்லை தரையில் பீடித்துண்டுகளும் நிலக்கடலையின் தொலியும் சிதறிக்கிடந்தன.

1981.

பிரிவு

இன்று மாதிரி இருக்கிறது. அவருக்கு வயது அப்பொழுது 68 இருக்கும். அவனுக்கு 58. அவன் தாயாருக்கு 79. அவர் இருவரிடை ஒரு 15 வருஷப் பழக்கம். குடும்ப சிநேகிதர் என்று கூடச் சொல்லலாம். பார்ப்பதற்குக் கம்பீரமான தோற்றம் உடையவராக இருந்தாலும் அவர் ஆரோக்கியம் அவ்வளவு கவலைக்கிடமில்லை என்று சொல்வதற்கில்லை. அது அவனுக்குத் தெரியும். அவன் அம்மாவிற்கு நிலைமை மோசமானதும் ஆஸ்பத்திரியில் மேல் மாடியில் வேறு ஒரு அறைக்கு எடுத்துச் செல்ல வேண்டிய நிலை. அவர் அம்மாவைப் பார்க்க வந்திருந்தார். அவன் அதை எதிர் பார்க்கவில்லை.

எவ்வளவு நாட்கள், எவ்வளவு அர்த்தகர்ப்பமான நிமிஷங்கள். இலக்கிய சர்ச்சைகள். ஒரு மாதத்தில் ஒரு முறையாவது சைக்கிளை எடுத்துக் கொண்டு அவரைப் போய்ப் பார்ப்பது ஒரு தவிர்க்க முடியாத விஷயமாகி விட்டது. அவரும் அவனைப் போல் வாழ்வு முழுவதும் பிரம்மச்சாரியாக இருந்திருந்தார். கூட ஒரு தம்பி. எப்பொழுதும் படித்துக் கொண்டும் எழுதிக் கொண்டும் இருப்பார். இலக்கியம் மாத்திரமில்லை, சங்கீதம், கலை, ஓவியம், சிற்பம் இவைகளிலும் ஈடுபாடு உண்டு. ஒரு முறை அவனிடம் அடிக்கடி சென்னை போகிறாய் அல்லவா? ஆதிமூலத்தின் ஒரு ஓவியத்தை வாங்கிக் கொண்டுவா என்றார். சரி என்று சொன்னானே தவிர அவன் இது வரை அதைச் செய்யவில்லை. ஏன் என்பதும் அவருக்குத் தெரியும். பெரிய பதவியில் இருந்தார். பரம்பரைப் பணக்காரக் குடும்பம். இப்பொழுதும் வசதியாகத்தான் இருந்தார். ஆனால் அவருக்கு மனிதர்களின் கஷ்டங்கள் தெரியும். ஒரு முறை அவனிடம் குடும்ப விஷயம் என்னவாயிற்று என்று கேட்டார். அவன் ஒன்றும் சொல்லவில்லை. அவன் வாழ்க்கையில் அவன் 60 ஆவது வயதில்தான் அவனை நிழல்கள் சூழ்ந்து கொண்டன. ஏன் ஒன்றும் சொல்ல மாட்டேன் என்கிறாய்?

அம்மா போனபின் எப்பொழுதுமே என்னுள் ஒரு வெறுமை உணர்ச்சி. அவர் சற்று நேரம் பேசாமல் இருந்து விட்டு நான் என் அம்மாவை எனது 10 வயது வயதிலேயே இழந்துவிட்டேன் என்றார். இதே மாதிரி இன்னொரு நினைவு. ஒரு நாள் வழக்கம் போல் சைக்கிளை எடுத்துக் கொண்டு போனான். அவர் இல்லையா? என்று கேட்டான். ஆஸ்பத்திரிக்குக் கொண்டு போயிருக்கிறார்கள் என்றார்கள். இதுவும் அவனுக்குத் தெரியும். அவர் உடல் நிலை மோசம் ஆகும் போதெல்லாம் ஆஸ்பத்திரிக்குக் கொண்டு போய் ஒன்று அல்லது இரு குப்பிகள் ரத்தம் செலுத்துவார்கள். ஒரு வாரத்தில் திரும்பி வந்து விடுவார். கூடத் தம்பி நிழல் போல இருப்பான். அவருக்கும் கல்யாணம் ஆகவில்லை. ஒரு முறை அவன் அவரிடம் கேட்டான். ஒரு குப்பி எவ்வளவு ஆகும்? ரூபா 100 என்றார். பிறகு ஒரு முறை அவர் வீட்டிற்குச் சென்றதும் எல்லோரும் மௌனமாக உட்கார்ந்திருந்தார்கள். அவன் அவர்களைப் பார்த்தான். அவர் மாமாதான் சொன்னார். நேற்று பகல் உங்கள் சிநேகிதர் தம்பி காலமாகி விட்டார். அவரது முகம் நிச்சலனமாக இருந்தது. அதற்குப் பின் பல முறை அவன் அவரைப் பார்த்திருக்கிறான். ஒரு முறையாவது அவர் தன் தம்பியைப் பற்றிப் பேசவில்லை . இவரைப் பற்றி அவன் அவரிடம் கேட்கவும் செய்தான். அவர் அவனிடம் சொன்னார் உனக்கு ஒன்றும் தெரியாது. மிகவும் உதவியாக இருந்தான், போய்விட்டான். இது ஒரு பக்கம்; பிறகு யாருடைய வாழ்க்கையில் தான் நிழல்கள் இல்லை சொல் என்றார். அவன் அதைப்பற்றி அடிக்கடி நினைத்ததுண்டு. எல்லா உறவுகளிலும் மாதிரி அவர்களிடையேயும் சில்லறை மனஸ்தாபங்கள் இல்லாமல் இல்லை. அப்ப ஒரு சந்தர்ப்பத்தில் அவர் சொன்னதும் அவன் ஞாபகத்திற்கு வந்தது. நீதான் பதில் சொல்லி விட்டாயே . அப்பொழுது அவரை நினைக்கையில் கம்பன் வரி ஒன்று அவன் ஞாபகத்தில் வந்தது. சிறியன சிந்தியாதான். பல சம்பாஷணைச் சிதறல்கள்.

நீ இப்படி இருந்தால் போதாது

என்ன

பென்ஷனில் அலவன்ஸ் உண்டு என்பது தெரியும் தானே. விசாரித்தாயா?

அவர் அவனைச் சந்திக்கும் போதெல்லாம் இதை ஞாபகப்படுத்துவார். கடைசியாக அவன் இதில் செயல்பட்டு அனுகூலம் அடைந்ததும் அவரால்தான் என்று சொல்ல வேண்டும்.

எந்த நூல் நிலையத்தில் இருந்து இதை எடுத்தீர்கள்? (புஸ்தகம் PETER HOME எழுதிய ORIGINS அதைப் புரட்டிப்பார்த்ததும் அதில் இருந்த RECOLLECTIONS OF BHAGAVAD GITA அவனை மிகவும் கவர்ந்தது என்றுதான் சொல்ல வேண்டும்.)

எடுத்துக் கொண்டு போ

நீங்கள் படித்து விட்டீர்களா?

நான் பிறகு படித்துக் கொள்கிறேன். உனக்குப் பிடிக்கும் என்றுதான் எடுத்துக் கொண்டு வந்தேன்

ஏதோ ஒரு முறை பேசிக் கொண்டிருந்த பொழுது சொல்லி வைத்தான். அந்த மஞ்சள் நிறப் பூனை என்று ஒரு நாவல் எழுதிக் கொண்டிருப்பதாக.

இரண்டு வாரம் கழித்துச் சென்றதும் கேட்டார். முடித்து விட்டாயா?

அவன் ஒன்றும் சொல்லவில்லை

ஏன் ஒன்றும் சொல்லமாட்டேன் என்கிறாய்?

சில சமயம் தோன்றாமல் இல்லை எழுத்து எங்கே எல்லாமோ என்னைக் கொண்டு செல்கிறது. பிறகு

பிறகு

சாவதற்கு முன் சமாதி அடைய விரும்புகிறேன்

அவர் சிரித்தார்

ஏன் சிரிக்கிறீர்கள்?

ஒன்றுமில்லை. உன்னால் எழுதாமல் இருக்க முடியாது. நாவலை முடித்து விட்டாயா?

பின் ஏன் இதை முதலில் சொல்லவில்லை.

சொல்லக்கூடாது என்பதில்லை. என்னவோ எழுதுகிறேன். எதையோ செய்கிறேன். எங்கேயோ போய்க் கொண்டிருக்கிறேன். உங்களைத் தொந்தரவு செய்ய வேண்டாமென்றுதான்.

அதெல்லாம் சரிதான். அடுத்த முறை வரும் போது கையில் கொண்டு வா.

கொண்டு சென்றான். ஒரே இருப்பில் படித்து விட்டார். அவர் முகத்தை அவன் பார்த்தான். அவர் சொன்னார் அதை எழுதவில்லை.

அவனுக்கு அவர் ஏன் அப்படிச் சொன்னார் என்று தெரியும், இருவரும் வெளியே இறங்கினார்கள். அவன் சொன்னான். முன்பு மாதிரி இல்லை. சைக்கிளை எடுத்துக் கொண்டு இறங்கினால் சமீபத்தில் இருப்பது கூட வெகு தொலைவில் இருப்பதாகத் தெரிகிறது. பயமாக இருக்கிறது.

அதைரியப் படாதே. எனக்குக் கூட முன் மாதிரி நடக்க முடியவில்லை. பெரியம்மா கூட (அவர் உடன் இருந்த உறவினர் வயது 75 இருக்கும்) கவலைப்படுகிறார். எனக்கு அப்படி ஒன்றும் இல்லை. நீ வந்த பிறகு எனக்கு ஒரு புதிய உலகையே சிருஷ்டித்து விட்டாய். அது என்னைப் பிடித்துக் கொண்டு விட்டது. நீயானால் இப்படிப் பேசுகிறாய்.

அவன் ஒன்றும் சொல்லவில்லை. மீண்டும் ஒரு நாள் அவனிடம் ஒரு கவிதையைப் படிக்கக் கொடுத்தார். படித்தான். அவன் ஒரு பறவை மாதிரி விழுந்தும் எழுந்தும் தள்ளாடியும் தடுமாறியும் இயங்கிக் கொண்டிருந்தான்.

அவன் அவரைப் பார்த்தான். அவர் சொன்னார் இதைப் படித்ததும் உன் ஞாபகம் வந்தது. என்றும் போல் அன்றும் சென்றான். வீட்டில் அவருடன் இருந்த யாரும் இல்லை. பெட்டி, படுக்கையெல்லாம் கட்டப்பட்டிருந்தன. அவன் அவரைப் பார்த்தான். அவர் சொன்னார். இனி இங்கு இருக்க முடியாது. வீட்டைக் காலி செய்யச் சொல்லி விட்டார்கள். வேறு வீடும் கிடைக்கவில்லை. பெரியம்மாவை முன்பாகவே அனுப்பி விட்டேன். அடுத்த வாரம் சென்னைக்குச் செல்கிறேன்.

எனக்குத்தான் கஷ்டமாக இருக்கும்

எனக்குத் தெரியும். நமக்குப் பிடிக்கிறதோ இல்லையோ நாம் சில விஷயங்களிலிருந்து விடுபட முடியாது.

உன்னை எனக்கு நன்றாகத் தெரியும். எதற்கு அதைரியப்படுகிறாய். மிகவும் உணர்ச்சிவசப்படுகிறாய். ஒரு குப்பி ரத்தம் போதும் என்றார். மீண்டும் அவன் நிலையைப் புரிந்து கொண்டு அவர் சொன்னார். மனதில் உறுதி வேண்டும். நாம் ஒருவருமே தனியாக இல்லை என்பதை நீ புரிந்து கொண்டுவிட்டால் ஒன்றும் உன்னைப் பாதிக்காது. அவர் போய்விட்டார். அவன் உள்ளத்தில் மீண்டும் ஒரு வெறுமை உணர்ச்சி.

அவர் சென்ற மூன்றாம் நாள் அவனுக்கு அவரிடமிருந்து கடிதம் வந்தது. அப்பொழுது அவன் பிரக்ஞையில் மிதந்து வந்தன.

ஆவிரூபமாக

ஆரவாரமின்றி

இருப்பதற்கு அவர் விரிவு அவனுக்கு ஒரு பயிற்சியாகவே இருந்தது. இடமும் காலமும் மனிதர்களைப் பிரிக்க முடியாது என்பதையும் அவன் உணர்ந்தான்.

கனவு, 1988

சாயைகள்

இவன் பிறந்தது முதல் இறக்கும் வரை தனியாகவே இருந்தான் இருப்பான் என்பது இவனுக்குத் தெரியாததில்லை. இவனுக்கும் பல கசப்பான அனுபவங்கள் இருந்தன. அவர்களும் மனிதர்களா என்று கேட்கப் படுபவர்களையும் இவன் சந்தித்திருக்கிறான். பல திறமைசாலிகள் வெகு பத்திரமாக இரகசியமாக வைத்திருந்தவைகளை இவன் அகஸ்மாத்தாக அறிந்திருக்கிறான். இவன் மாத்திரம் என்னவாம்? இந்தப் பிரச்சனைக்கு இது மருந்தில்லை என்று அறிந்திருந்தும் இவன் எவ்வளவு முறை பிராந்தியின் கசப்பைச் சுவைத்திருக்கிறான். மீண்டும் மீண்டும் தோல்வியுறுவதே என்ற நிலையில் இவன் வாழ்க்கை சென்று கொண்டிருந்தாலும் எங்கேயோ ஏதோ ஒன்று இவனை நடத்திச் செல்கிறது என்ற பிரச்சனையிலிருந்து இவனால் அவனை விடுவித்துக் கொள்ள முடியவில்லை. இதனால் அவன் வாழ்க்கையில் தொடர்ந்து கொண்டிருந்தான் என்றால் இவனுக்குச் சாயைகளில் இருந்த ஒரு அழுத்தமான நம்பிக்கை என்றுதான் சொல்ல வேண்டும். தில்லைவெளியிருந்து வரும் அவர் ராமநாதனின் கடைசிக் கட்டத்தில் யோசனையின் நிழல் படர்ந்த முகம், இவனுடன் இருக்கும் இவன் தாயின் நிழல் உருவம் இப்படி பலப் பல இதையெல்லாம் நோக்குகையில்... சிலருடன் எந்த ஒரு விஷயத்தைப் பற்றியும் அர்த்த பூர்வமாகப் பேசமுடியாது. அவர்கள் சொன்னதையே செய்ததையே சொல்லிக் கொண்டும் செய்து கொண்டும் இருப்பார்கள். தனிமனிதர்கள் மாத்திரமில்லை - ஸ்தாபனங்களும்தான். எந்நாளும் இவைகளை மீறியும் செயல்கள் நிகழ்கின்றன. அப்படியா என்று கேட்காதீர்கள்.

.... அனுபவம் வருகையில் அசம்பாவிதமான கேள்விகள் வழிமாறி நிற்கின்றன. இவன் அதிகமாகக் குடித்துவிட்டு வயிறு குமட்ட, சோறு வாயில் இறங்காமல் நனைந்த துணிபோல் இரு நாட்கள் சுருண்டு கிடந்ததை அவனிடம் யாரோ போய்ச் சொல்லியிருக்க வேண்டும். அவன் இவனிடம் பயப்படாதே. இனி தண்ணீர் சேர்க்காமல் ஒரு நாலு மடக்குப் பிராந்தியை அருந்தினால், இரு தடவை வாந்தி

எடுத்தால், எல்லாம் சரியாகிவிடும் என்று சொல்லிச் சென்றான். அப்பொழுதுதான் அவனுக்குப் புரிந்தது. சாயைகளிலும் பலவிதமுண்டு. அவைகளுக்கும் உயிரும் உடலுமுண்டு என்று. ஆனால் இத்தகைய சாயைகளும் இவனுக்குக் காக்கும் தெய்வங்களாகத்தான் காட்சி அளித்தன. சாயைகள் - ஆம் அவைகளில்தான் எவ்வளவு நிற பேதங்கள். எங்கிருந்தோ வருகிறோம். எங்கேயோ போய்க் கொண்டிருக்கிறோம். நடுவில் பல தடுமாற்றங்கள். இடையில் எதிர்பாராத விதமாகப் பல சம்பவங்கள் நடைபெறுகின்றன. அப்படியானால் அனுபவத்தின் சாயல்களைத்தான் தடைகள் என்று சொல்கின்றோமா? இவனுக்கு எல்லாமே ஒரே குழப்பமாக இருந்தன. பிறகு புஸ்தகங்கள் - இவன் புஸ்தகங்கள் மத்தியில் வாழ்பவன். அண்மையில் இவன் பாஸ்டர் நாக்கை பற்றி ஒரு கட்டுரையில் படித்தது இவன் உள்ளில் பளிச்சிட்டது. இரு பொருட்கள் ஒரே தளத்தில் ஒரு இடைவெளியுடன் காணப்படுகையில் ஏன் ஒரு விவரிக்க முடியாத விந்தை உணர்ச்சி நம்மைச் சூழ்கிறது. அடுத்து, இடைவெளியூடே இரு பொருட்கள் அவைகளுக்குள் உறவு அப்பாற்பட்டதா அல்லது பார்ப்பவன் மூலம் உருவாகும் கற்பனைகளின் சூழ்ச்சியா. இதே மாதிரி பல புஸ்தகங்கள் நமக்குப் பல சாயைகளைத் தருகின்றன. சாயைகள் இருப்பதால் என்று சொல்லிக் கொண்டே இவன் மீண்டும் தன் யாத்திரையைத் தொடர்ந்தான்.

கணையாழி, 1991.

கயிற்றரவு

சிவன், சாரதி, நான் நாங்கள் மூவரும் பூதப்பாண்டியிலிருந்து சாரதி வீட்டில் இருந்து இறங்கியதும் மணி 4:30. இவனும் நானும் நாகர்கோவில் சென்று அங்கிருந்து திருவனந்தபுரத்திற்குப் பஸ் ஏற வேண்டும். தெருவில் நின்று கொண்டிருந்தோம்.

ஒரு பஸ், அதன்பின் இன்னொன்று. பிறகு குருவியும் நெல்லும் என்ற கணக்கில் ஒவ்வொன்றாக ஒன்றின் பின் ஒன்றாக ஒவ்வொன்றிலும் பிரயாணிகள் உட்கார்ந்து கொண்டும் நின்று கொண்டும் பஸ்ஸில் படியில் தொற்றிக் கொண்டும் போய்க் கொண்டிருந்தார்கள். நாங்கள் நின்று கொண்டே இருந்தோம். (காலம் காலமாக - நினைவிருக்கிறதா - முத்து சுவாமியின் நாடகம் - இதைத் தான் செய்வோம் - கட்டுண்டோம் - காத்திருந்தோம் - காலம் மாறப் போவதுமில்லை. நாம் காத்து நின்று கொண்டே இருப்பதும் முடியப் போவதில்லை) பஸ்கள் முன் போல் ஒவ்வொன்றாக ஒன்றின் பின் ஒன்றாக போய்க்கொண்டே இருந்தன. சூரியன் சாய்ந்து கொண்டிருந்தான். நான் சிவன் முகத்தைப் பார்த்தேன். சிவன் என் முகத்தை. திடீரென்று சாரதி என்னிடம் "அடுத்த ஸ்டாப்பிற்கு போய் நின்று பார்க்கலாம்" என்றான். நாங்கள் ஆமோதித்தோம். எங்கள் முன் நாகர்கோவில் செல்லும் பாதை ஒரே திசையில் கண்ணுக்கெட்டும் தூரம் வரையில் "வளைந்து வளைந்து வளைந்து" சென்று கொண்டிருந்தது. அடுத்த ஸ்டாப்.

நான் வெற்றிலை போட்டேன். சிவன் பீடி குடித்தான். சாரதி சிகரெட். பிறகு பேசினோம். காத்திருந்து பேசிப் பேசிப் பொழுது சாயச் சாய முன்போலவே பஸ்கள் ஒவ்வொன்றாக ஒன்றின் பின் ஒன்றாக போய்க் கொண்டிருந்தன. காலம் காலமாக எங்கள் முன் நாகர்கோவில் செல்லும் பாதை கண்ணுக்கெட்டும் தூரம் வரை "வளைந்து வளைந்து வளைந்து" சென்று கொண்டிருந்தது. இப்பொழுது இருள் மெல்லெனப் பாவியது. இப்பொழுது சாரதி அடுத்த ஸ்டாப் என்றதும் சரியென்றோம். அங்கும் நின்று கொண்டும் பேசிக் கொண்டும் காத்திருந்தோம். பஸ்களும் ஒவ்வொன்றாகப்

போய்க் கொண்டிருந்தன. இப்பொழுது இருட்டு. சாரதி அடுத்த ஸ்டாப்' என்றதும் சரியென்றோம். அங்கும் நின்று கொண்டும் பேசிக் கொண்டும் காத்திருந்தோம். பஸ்களும் முன்போல் ஒவ்வொன்றாக ஒன்றின் பின் ஒன்றாகப் போய் கொண்டிருந்தன இப்பொழுது சாரதி "அடுத்த ஸ்டாப்" என்றான். சரி என்றோம்.

காலையில் நாகர்கோவில் இறங்கியதும் சிவன் ஒரு சுபகாரியமாக என்னை நிறுத்தி விட்டு ஒரு தடவை சாராயம் குடித்துவிட்டு வந்தவன் "திருவனந்தபுரத்தை விடத் தூரம் குறைவு" என்றான். இப்பொழுது அவனுக்குக் கள் வேண்டும், சாரதி அங்கு தொட்டுக் கடையிருக்கும் திசை காட்ட எங்களை நோக்கி "நீங்கள் இருங்கள் வந்து விடுகிறேன்" என்றான். சீக்கிரம் வந்து விட்டான். எங்களிடம் உதட்டைப் பிதுக்கினான். அப்பொழுது ஒரு பஸ் எங்களைத் தாண்டிச் சென்றது. பஸ் முழுவதும் ஜனங்கள் மொய்த்துக் கொண்டிருந்தனர்.

இப்பொழுது நான் "அடுத்த ஸ்டாப்" என்றேன். அவர்கள் ஆமோதித்தார்கள். மீண்டும் நடந்தோம். நடந்து கொண்டிருந்தோம். வழியில் ஒரு கடை. ஒரு சில பெரிய பானைகள். சிவன் எங்களிடம் முன்னால் செல்லுங்கள். நான் பின்னால் இருக்கிறேன் என்றான். நாங்கள் மூன்றடி சென்றிருக்க மாட்டோம். சிவன் வந்து சேர்ந்து "காலையிலேயே சரக்கு தீர்ந்து விட்டது" என்றான். நாங்கள் ஒன்றும் சொல்லவில்லை. சிவன் எங்களிடம் "ஒவ்வொரு ஸ்டாப் நிற்பதை விட ஒரேயடியாக நாகர் கோவில் ஸ்டாப்பிற்கே போய்விடலாம்" என்றான். "சரி" என்றோம்.

முக்கால் தூரம் வந்துவிட்டோம். கூட்டமொன்று கலைய ஆரம்பித்தும் பேச்சு சுவாரஸ்யத்தில் நான் பாதையைக் கவனிக்கவில்லை. சிவன் என் கையைப் பிடித்து என்னை மாற்றினதும் தான் என் முன் ஒரு நல்ல பாம்பு மெல்ல செல்வதைக் கண்டேன். ஒரு கணம் மூவரும் ஒன்றும் பேசாமல் நின்றுவிட்டோம். எங்களைத் தாண்டி ஒரு பஸ் சென்றது. அவ்வளவாகக் கூட்டம் இல்லை. அது எங்களைக் கவரவில்லை. சாரதி "நவீனா நீ சாகப் பிறக்கவில்லை" என்றான். நான் என்னவோ நினைத்த வண்ணம் "சாரதி செத்துப் பிறந்தவனுக்கு வாழ்வேது" என்றேன்.

சிவன் "நானும் பார்க்கிறேன் ஒரு கடையிலாவது சரக்கில்லை" என்றான். நான் சிவனிடம் "சிவா, பொறுத்திரு நேற்றுத்தான் மதுவிலக்கு நீக்கப்பட்டது" என்றேன்.

நாங்கள் நாகர்கோவிலை நெருங்க நெருங்க சென்ற பஸ்களில் கூட்டம் குறைந்து கொண்டே வந்ததைப் பார்த்தோம். கடைசியாக நாகர்கோவில்.

சிவன் "இங்கிருந்து திருவனந்தபுரம் நடந்து செல்ல முடியுமா?" என்றான்.

நான் அவனிடம் மீனாட்சிபுரம் பணிமனையில் நின்று கொண்டிருந்த நாகர்கோவில் - திருவனந்தபுரம் பஸ்ஸைக் காட்டினேன். அதில் கூட்டமே இல்லே.

சாரதி எங்களிடமிருந்து விடை பெற்றுச் சென்றான்.

கசடதபற, 1992.

எட்டு வயது பெண் குழந்தையும் நவீன மலையாளக் கவியும்

என் அறையில் இருந்தேன். அந்த எட்டு வயதுக் குழந்தை வந்தது. அதன் தாய்மொழி மலையாளம். அது ஒரு கிராமத்தில் ஒரு சிறு வகுப்பில் படித்துக் கொண்டிருந்தது. கறுப்பிலும் கறுப்பு. அறிவு கனலும் கண்கள். அதன் பெயர் கலா. வீட்டில் சிமி என்று அழைப்பார்கள்.

கேட்டது: “மாமன், எனக்கு ஒரு பாட்டுப் புத்தகம் தருமோ?” சிறிது நேரம் சென்றபின், “மாமாவிடமிருந்து ஒரு புத்தகம் கொடுத்தால் போதும். விலை கொடுத்து வாங்க வேண்டாம்!” என்றது. நான் நேரம் சிறிது சென்றபின் மலையாளத்தில் 'புது முத்திரைகள்' என்ற கவிதைத் தொகுதியைக் கொடுத்த கணமே ஒரு ஐயம். அது மலையாளப் புதுக்கவிதையை அணுக முடியுமாவென்று. அடுத்து, அதற்கு குஞ்சுண்ணியின் கிங்கிணிக் கவிதைகள் என்ற தொகுதியை (அதில் சித்திரங்கள் இருந்தன)யும் வாங்கிக் கொடுத்தேன். குழந்தை ஒரு கிராமத்தில் L.P.பள்ளிக் கூடத்தில் படித்துக் கொண்டிருந்தது என்பதை மீண்டும் கூறவேண்டும்.

மறுநாள் குழந்தை என் அறைக்கு வந்தவுடன் புது முத்திரைகள் எப்படி? என்று கேட்டேன். “படித்தேன்” என்றது. இதைச் சொல்லிவிட்டு, மாதவன் அய்யப்பத்து எழுதிய ‘பணி அறைக்குள்’ என்ற கவிதையிலிருந்து சில வரிகளை ஒரு உள்நாட்டத்துடன் இசை பூர்வமாகப் பாடிக் காண்பித்ததும் எனக்கு ஆச்சரியமாகவே இருந்தது. நான் அதனிடம் கிங்கிணிக் கவிதைகளோ? என்று கேட்டேன். அது அதிலிருந்து சைக்கிள் என்ற கவிதையின் ஒரு வரியை ‘வட்டத்தில் சவிட்டியால் நீளத்தில் ஓடும்’ வரியை மிகவும் சுய ஈடுபாட்டுடன் பாடிக் காண்பித்ததும் எனக்கு மீண்டும் ஒரு சில கவிதைகளைப் படித்துக் காட்டியது. அது எனக்கு ஓர் அனுபவமாகவெ இருந்தது.

குழந்தை பாடப் பாட, நான் என் சூழ்நிலையிலிருந்து விலகி அதைக் கேட்ட வண்ணம் இருந்தேன். குழந்தை பாட, நான் கேட்க, அவ்வரிகள் என் பிரக்ஞையில் வட்டமிட்டன.

1. ஜன்ம காரணி
பாரதம்
ஆஹா ஆஹா ஆஹா
கர்ம மேதினி பாரதம்
நம்மளாம் ஜனகோடிதன்
அம்மையாகிய பாரதம்
ஆஹா ஆஹா ஆஹா

2. பல பல நாளுகள்
ஞானொரு புழுவாய்
பவிழக் கூட்டில் உறங்கி
இருளும் வெட்டமும் அறியாதே அங்ஙனே
நாள்கள் நீங்கி
அரளிச் செடியுடே
இலைதன் அடியில்
அருமக் கிங்கிணி போலே
வீசுங் காற்றத்தில் இளகி விழாதே
அங்கனே நின்னு

ஒருநாள் சூரியன்
உதிச்சு வரும்போள்
விடரும் சிறகுகள்வீசி
புறத்து வந்து அழகு துடிக்கும்
பூம்பாற்றை (வண்ணத்துப் பூச்சி)
தளிராய் விடர்த்து வீசும்
பனிநீர்ப்பூவில்
படர்ந்து பற்றியிருந்தது.
பூவில் துள்ளும் பூவதுபோலே
பூத்தேன் உண்டு களிச்சு.

அதன் குரல் நின்றதும் நான் மீண்டும் என் அறையில் புகுந்தேன். நினைவில் ஒரு கனவு வந்தது; வந்ததுபோல் அது மறைந்தது. இடையில் குழந்தை தன் பாட்டு வாத்தியார் பாடல்களை நன்றாகச் சொல்லிக் கொடுப்பார் என்றும் சொன்னது.

எனக்கு நவீன மலையாளக் கவிதைகளில் குஞ்சுண்ணியிடம் ஒரு தனிப்பட்ட பிடிப்பு உண்டு. அவர் கவிதைகளைக் குழந்தைகளும் பெரியவர்களும் அனுபவிக்க முடியும். அவர் கவிதைகளுக்கு ஒன்றிற்கு மேற்பட்ட தளங்கள் உண்டு. வரிவடிவம் ஒலிவடிவமாக கவிதையின் ஒலிச்சரடு விதவிதமான தளங்களிலே சுழித்துச் செல்வதைக் காண்கையில், அவைகளைக் கம்பன் வார்த்தைகளில் சொல்வதென்றால் செவிநுகர் கனிகள் என்றே சொல்ல வேண்டும்.

மறுபடியும் அந்தக் குழந்தை என் அறைக்கு வந்தது. ஒரு ஓய்வு பெற்ற கல்லூரி ஆசிரியன் என்ற நிலையில் எனக்குச் சற்றுச் சுயமாக சிந்திக்கும் மாணவ மாணவிகளிடம் ஒரு சாய்வு உண்டு. நான் அதனிடம் கேட்டேன்: “ஏன், உனக்குக் குஞ்சுண்ணிக் கவிதைகள் இஷ்டம்தானே? நீயும் அவர் மாதிரி சிலகவிதைகள் எழுதலாமே?” என்றேன். “அதற்கென்ன எழுதலாமே” என்று சொல்லி என் அறை யிலிருந்து மறைந்தது. ஒரு இசைவெட்டு.

ஒருநாள் வீட்டில் வழக்கமாகக் காய்கறிகள் வாங்குகிறவள் இந்தக் குழந்தையைப் பார்த்து “ஏ கறுப்பி” என்று கூப்பிட்டாள். எனக்கு ஒரு விதமான சஞ்சலம் ஏற்பட்டாலும் குழந்தையின் முகத்தில் எவ்விதச் சலனமும் இல்லை. சில சமயங்களில் அதன் முகத்தில் ஒருவித நிழல் படர்வதை நான் பார்த்திருக்கிறேன். ஒரு நாள் அதன் ’அம்மூம்மா’ (ஆச்சி) இந்தக் குழந்தைக்கு ஒரு ஜதை காதில் அணியும் சாதரண கறுப்புக் கம்மல்களைக் கொடுத்தவுடன் அடுத்த வீட்டிலுள்ள ஓர் இளம் பெண் “ஒ இதுவும் கறுப்பு” என்று சொல்லிச் சிரித்தது.

மறுபடியும் அந்தக் குழந்தை என் அறைக்குள் வந்ததும் அது என்னிடம் சொன்னது: “மாமன், மூன்று கவிதைகள் எழுதியிருக்கிறேன் பாருங்கள்”

குழந்தை சுய லயிப்புடன் அக்கவிதைகளைப் படிக்க, நான் என்னை மறந்து அவைகளைக் கேட்டுக் கொண்டிருந்தேன்.

சிமி

குமி

உமிக்கரி

நஞ்சு

குஞ்சு

மத்தைங்காய்

மணிக்குட்டன்

குணிக்குட்டன்

கொடுவாளை

குறிப்பு: சிமி குழந்தையின் பெயர். நஞ்சு குழந்தையின் தங்கையின் பெயர். கொடுவாளை ஒருவகை மீன். மணிக்குட்டன் குழந்தையின் தம்பியின் பெயர்.

மறுபடியும் என் அறைக்குள் நான் புகுந்து விட்டேன். குழந்தை யில்லை; கவிதையில்லை; நான் என்று சொல்லப்படும் நானும் இல்லை.

அறை மாத்திரம் இருந்தது.

கணையாழி, 1992

காக்கை குருவி எங்கள் ஜாதி ஒரு காவியம்

ஒரு காவியம் நான் கண்டதுண்டு.

காக்கை, குருவி, கோழி, கருடன், பருந்து, புறா, வாத்து, மைனா, மயில், மரங்கொத்தி, அக்காக்குருவி, மீன்கொத்தி முதலிய பறவைகளை நான் கண்டதுண்டு.

எங்குச் சென்றாலும் இந்தக் காக்கை உபத்திரவம் அல்ல. உற்சவப் பிரளயம், சனி பகவான் வாகனம், இதைப் பற்றி ஒரு கதை. பிராட்டியினுடைய ஸ்தனத்தைக் கொத்தியதாக, அமமா மகப் பரிவுடன் சாப்பிடுவதற்கு முன் இதற்குப் பருப்பும் நெய்யுமாக ஒரு உருண்டைச் சோறு கொடுப்பாள். சிறு வயதில் பித்ருக்களைச் சாந்தி செய்யப் பெரியோர்கள் "காகாகாகாகா" என்று கத்துவதை நான் கேட்டதுண்டு, காகா கரைந்துண்ணும். காகம் கூடி வரும். ஒரு நபர் மறைந்தால் கூட கூச்சலிடும் காகம். என் மனவட்டத்தில் சுற்றித் திரியும் ஒரு கறுப்புப் புள்ளி காகாகாகா.

குருவி. சின்னச் சின்னக்குருவி. விர்ரென்று அதன் சின்னஞ்சிறகடித்து, தத்தித் திடீரென்று மேலே எம்பி குதிக்கும் ஒரு சிறு குருவி. ஒரு மில்க் கோதுமை நிறம். பாரதி இதையும் தன் ஜாதியென்று சொன்னதைத் தவிர வேறொன்றும் இதைப் பற்றி ஞாபகம் வரவில்லை.

என்மனதில்
விர் என்று
ஒரு உணர்வு
"பார் என்னை"
என என்னை
உணர்த்திப்
போகப் போனேன்
நான்.

விழுப்புரம், திருச்சிராப்பள்ளி, நீல ஆகாயத்தின் வெகு உயரம், பெருமாள் கோயில் - இவைதான்.

பருந்து

என்று

பகர

கருடன்

என்று

நகர

என் உள்ளத்தின்

உயரத்தில்

சுற்றிச் சுற்றிச்

சுழலும்

கோழி, சிவப்புக் கொண்டை வெள்ளைக் கோழி, கொக்கரக்கோ என்று கத்திக் கொண்டு போவது, அது அடைகாத்துக் குஞ்சு பொரிப்பது (அப்படிச் சலனமற்றுத் தன்னுள் தானே கவிழ்ந்து உட்கார்வது அப்படி எளிதில்லை) சுருக்கங்கள் விழுந்த முன் கால் அதன் சதைத் தாடி

கோழித்தூவல் என்று ஒரு சொல்

வாரணம் என்று ஒரு வார்த்தை

பார்த்தாயா, நீ, புறாவைப் பார்த்ததுண்டா?

வகை வகையாக

வெளுப்பாக

சாம்பலாக

விதவிதமாக

அழகான காகமாக

ஆரும் விரும்புவதான

புறாவே, நீ கண்டதுண்டோ

கண்ணம்மா?

ஆனாலும் என்ன?

புறாக்கூடு போன்ற சிற்றறைகளில் லோகாயதம் என்ற பேரேட்டின் தாஸ்தாவேஜுகளைச் சிவப்பு நாடாவில் கட்டி வைத்த விசிறி சுழலும் ஒரு அறையில் ஒரு மனிதன் அமர்ந்திருக்கப் பிணம் போன்ற மனிதர்கள் வரிசை வரிசையாக நிற்கிறார்கள்.

ஆனால் மசூதியின் பெருவெளியில் இப்புறாக்கள், என் அருமைச் சுசீலாவைப் போல் என்னைப் பரவசமுறுத்துகின்றன.

நாரை

நாராய் நாராய் செங்கால் நாராய். பழைய பிசிராந்தையார் பாட்டு, அவர் ஊரிலிருந்து வெகுதூரம் வந்துவிட்டோம். ஒரு நரைத்த பறவை (பழம் பெருச்சாளி) காலரில்லாத சட்டை போட்டுக் கொண்டு ஆபீஸில் தவமிருக்கும்.

நாரை - நாரை

நாரை ஓடி செல்லும் நதியில் ஒரு மீன் பாய்ந்தால் துள்ளியெழும்

விதவிதமாய்க்

காசாக நோட்டாகக்

கசந்த மனதுடன்

என் பிச்சை

மனதை

கொஞ்சம்

கொஞ்சமாகக்

கசக்கிக் கசக்கி

இந்த நாரையை நான் சாந்திப் படுத்தியிருக்கிறேன். என் நாமாவளியில் அவன் ஒரு நாமம் சம்ஹாரமூர்த்தி என்பதில் தான் சுசீலா - எனக்கு எத்தகைய உவகை.

நாரை, ஒரு நாரை

ஒரு மீன் கொத்தி

மாமிசம் சாப்பிடும்

ஒரு நாரை

வாத்து, வாத்து, வாங்கலியோ வாத்து கோழி முட்டை டபிள் ஸைஸ் வாத்து முட்டை - ஐயா முகத்தைக் கண்டால் உபத்திரவம் போலத் தோன்றுகிறது.

வாத்து முட்டையை

வேக வைத்து

அதில் ஆத்திக் கீரையைக்

கலந்து கபளீகரம்

செய்தால்

ஐயா

மூலவேதனை

ஐயோ, நான் போறேன்
என ஓடிப் போகும்.

சிறு வயதில், சைதாப்பேட்டையில்தான் என நினைக்கிறேன். குட்டை குட்டையாக இந்த அவலக்ஷணமான வாத்துக் கூட்டம் சதக் சதக் கென்று சென்றதைப் பார்த்த போது, சுசீலா, காமரூபினி, மன மோகினியே.

எனக்குத்தான்
எவ்வளவு மகிழ்ச்சி
அதைச் சொல்லத்தான்
படுமோ
அல்லது
சொல்லித்தான்
தீருமோ
ஏ, தேரை, இது ஏன்
மைனா
மைனா
வா வா என்றால்
மைனா
வருமா?

இரண்டு சிட்டுக் குருவியின் சைஸ் ஒரு அசல் மைனா, பழுப்பின் கருப்பு, கருப்பின் பழுப்பு அதன் மேனி, அதன் கண் சுற்றி மிளிரும் மஞ்சள் வரிகள் அது சிறகுயர்த்தினால் ஒரு வசீகர வெள்ளை.

அது
புல்வெளியில்
தத்தித் திரிவது
கண்டால்
சூசிப் பெண்ணே
ரோசாப் பூவே
உன்னைப் போல்
அதுவும் தான்
ஒரு அழகின் வடிவம்
காண்.

மயில் மேனி நீலக் கறுப்பு, கறுப்பு நீலம், அதன் கழுத்து பாம்பின் நீளம், அதன் தோகை விரித்தால் அல்குல் போல் கண்கள் ஆயிரம்,

கார் காலத்தில் அது தோகை விரித்து ஆடுவது காண்பவர் கண்களுக்கு உற்வசம், அப்பொழுது அது ஒரு உற்சவமூர்த்தி. மயில் ஆடக் குயில் பாட என்றொரு பாடல்

சுசீலா

அது ஒரு ஆள் உயரப் பறவை

அதைப் பார்க்கையில்

சுசீலா

நீ சென்று மறைவதைப்

போல்

ஒரு பிரமை.

அந்தப் பழைய பாடல் உனக்கு ஞாபகம் வருகிறதா?

ஆறுமுகம்

அவன்

என் அண்ணன்

சூரபதுமன்

வேறுபட

வதைத்த முகம்

ஏது முகம்?

என் அன்பே நீ வா. இந்த இருபதாம் நூற்றாண்டில் சந்தர்ப்பங்களில் நீயும் நானும் மயில் கறி சாப்பிட வேண்டிய அவசியம் இருக்கிறது.

சுசீலா

இந்த டம்பப் பறவைதனை

ரம்பம் கொண்டு

டகர், டகர்

என ராவி எறிவது

ஒரு தனி இன்பம்

மயிலுக்குப் பின் ஒரு மரங்கொத்தி, அதன் ஒய்யாரக் கொண்டை ஒரு அரசன் கிரீடம், அட்டை மஞ்சள், அழகான கறுப்பு அதன் மேனி.

இந்த மரமேறும்

மரங்கொத்தி

என் மனவெளியில்

ஒய்யாரமாய்த் திரியும்

ஒரு அதிசயப் பறவை

வா, சுசீலா, வா, இன்னும் சில பறவைகளை உனக்குக் காண்பிக்கிறேன். நடுக்கட்டில்

ஒரு அதிரூப சுந்தரி

தன் கூந்தல் விரித்து

அசோக மரத்தடி

சீதை போல

சோகமயமாய்ச் சாய்ந்திருந்தபோது

அந்தாத்தில் ஒரு அக்காப் பறவை ஐயோ என்று சிறகடித்து குரல் எடுத்துக் கூவிப் போயிற்று.

இது

ஏன்

என் அருமைப்

பெண்ணே

சுசீலா?

என்னைப்

போல்

அவளும்

காதல் சுரத்தில்

உடல் வெந்தாளா?

அல்லது

செத்துத்தான்

மண்ணோடு மண்

ஆனாளா?

ஓடிச் சென்றது ஒரு நதி, டபக் கென்று அதன் நடுவில் பாய்ந்தது ஒரு கரு நீலப் பறவை. அதன் அலகில் ஈர மினுமினுப்புடன் அதிசயங் கக்கும் அசல் மீன்.

மரங்கொத்திப் பறவையுண்டென்றால் இவ்வுலகில் மீன் கொத்திப் பறவையுமுண்டு.

சுசீலா, நான் தான் என்ன என்ன அனுபவங்களைக் கண்டேன். கோவில் சென்று சனீச்வரனைச் சேவித்தேன். வந்து எனக்கு விட்டு விடுதலையாகப் பறக்கும் சிட்டுக் குருவியைக் காட்டினான். மசூதியில் புறாக்களைப் பார்த்தேன். ஆற்றங்கரையில் ஒற்றைக்கால் தவம் செய்யும் நாரையைக் கண்டேன். ஒரு வாத்துக் கூட்டம் என்னைப்

பார்த்துக் கண்ணடித்து நாங்களும் இருக்கிறோம் என்றது. மைனா என் மனவெளியில் தத்தித் தத்திச் சென்றது. மயில் என்னைக் கண்டு நகைத்தது. மரங்கொத்தியும் மீன் கொத்தியும் உனக்கும் ஒரு கூரிய அலகு தேவை என்றன. பருந்து போல், கருடன் போல் ஆமைகளை முடங்கிக் காணும் நானும், பருந்து போல் கருடன் போல் உயரப் பறந்த தருணங்கள் உண்டு. அக்காக்குருவி போல் நானும் உட்கார்ந்து அழுத சமயங்களுண்டு.

ஆனால்
சுசீலா
இந்த உலகம்
என்ற பெரு வெளியில்
நீ என்னைத் தனியாகத்
தவம் புரிய விட்டுச்
சென்று விட்டாய்.

பரவாயில்லை, சுசீலா, பரவாயில்லை. நீ சிருஷ்டித்த தனிமையில் நான்.

என் உள்ள வெளியில் பல மின்னல்கள்
வீசக் கண்டேன்
பரவசமடைந்தேன்.
(என் சகோதரி திரிசடைக்கு)

விருட்சம், 1994.

காலி அறை

மணி 1:30

வீட்டில் அவன் (வயது 50)

அவன் தாயார் (வயது 72) அவன் தகப்பனார் (வயது 75)

நல்ல வெயில்

வெளியில் அவன் வீட்டின் கேட்டைத் தாண்டித்தன்மயமாக நின்ற மரங்களைப் பார்த்தான். ஒரு இலைகூட அசையவில்லை. ஆகாயம் நல்ல வெய்யிலில் முடமுட வென்று காய்ந்த வேட்டியைப் போல், ஒரே வெளிர் நீலமாகப் பரந்து கிடந்தது.

தோட்டத்தில் செம்பருத்திச் செடியின் கீழ் ஒரு சிறு குருவி பறந்து இறங்கி தரையில் தத்தித் தத்தி நடந்தது. அவன் நினைவு சுசீலாவின் மீது பற்றிப் படர்ந்தது அவன் தனியாகத்தான் இருந்து கொண்டு இருப்பதைப் பார்த்தான். சிவன் சொல்வான் "எவ்வளவோ நல்லது" என்று.

அப்படித்தானே? இல்லையா? பாட்டி கதை முடிந்ததும் கத்தரிக்காய் முளைத்து விட்டது என்று சொல்கிறார்கள் அப்படி. அவன் தகப்பனார் போன வாரம் காலையில் அவனை எழுப்பி அவர் அறைக்கு அழைத்துச் சென்றது ஞாபகத்திற்கு வந்தது. அவர், அவர் அறைக்குச் செல்லும்முன் நின்று விட்டார். அவனிடம் "எனக்குப் பயமாக இருக்கிறது. என் அறையில் ஒரு மூலையில் யாரோ ஒருவர் உட்கார்ந்து கொண்டிருக்கார் யார் என்று பார்த்துச் சொல்" என்றார்.

அவன் அவர் அறைக்குச் சென்றான். அவர் அறையில் யாருமில்லை .

அதை அவரிடம் அவன் சொன்னான். அவன் சொன்னதில் அவருக்கு நம்பிக்கையில்லை. அவனிடம் அன்று முழுவதும் கேட்டுக் கொண்டே இருந்தார்.

"நீ சரியாகப் பார்த்தாயா?"

அவன் சாவதானமாகவே அவரிடம் "யாருமில்லை" என்றான்.

அவர் இப்படித்தான் இப்பொழுதெல்லாம் இருக்கிறார் அவர் எதைக் கண்டு பயப்படுகிறார்?

யாரோ கதவைத் திறந்த சப்தம். அவன் யாரென்று பார்க்க வில்லை. அவன் முன் ஒரு குழந்தையின் குரல்.

"சாமி, கருவேப்பிலை"

அவன் அதை அம்மாவிடம் கொடுக்கச் சமையலறைக்குச் சென்றான். சமையலறையிலிருந்து திரும்பியதும் அவன் தகப்பனார் அவன் அருகில் நின்று கொண்டிருப்பதைப் பார்த்தான்.

"போன வாரம் நீ சரியாகப் பார்த்தாயா? என் அறையில் யாருமே இல்லையா?" என்று அவர் மறுபடியும் கேட்டார். அவன் சாவதானமாகவே இல்லை யாருமில்லை என்று சொல்லிவிட்டுத் தன் சட்டையை மாட்டிக் கொண்டு மறுபடியும் அந்த டாக்டரை அழைத்து வரச் சென்றான்.

கணையாழி, 1995

கடிதங்கள்:
நவீனன் சுசீலாவுக்கு எழுதியவை...

ஒரு முற்றுப்பெறாத கடித வடிவத்தில் எழுதிய “கடிதங்கள் நவீனன் சுசிலாவுக்கு எழுதியவை” என்ற நாவலில் முற்றுப் பெறாத முதல் அதிகாரம்.

நகுலன்.

அன்புடைய சுசீலாவுக்கு,

எப்பொழுதும் உன் ஞாபகம் தான். ஆனால் உனக்குத் தெரிந்ததுதானே! நான் எப்பொழுதுமே எல்லைகளை மீறியதில்லை நீயும் தான். இது ஏன்? நானும் நீயும் வெவ்வேறு தளத்தில் இருக்கின்றோம். நீ நான் எழுதிய புத்தகங்களைப் படித்திருக்க மாட்டாய். மாத்திரமென்று, நீ Joyceன் Thic Deadl என்ற சிறுகதையையும் படித்திருக்க மாட்டாய். அது அவனுடைய பிரசித்தமான ஒரு சிறுகதை என்றாலும், இதற்குள்ள விடை எனக்கு ஸ்பஷ்டமாகவே தெரிகிறது! பிரதிபலிப்பின் வசீகரம் உன்னிடம் உள்ளது என்னைக் கவர்ந்தது, உன் உருவம், உன் பிறரைப் புரிந்து கொள்ளும் தன்மை. நீ எவ்வளவு அழகாக இருந்தாலும், உன்னை பற்றியவரை உனக்கு ஒரு நிச்சயமுண்டு.

சௌகரியமாக இருந்து வயிறு வாடாமல், இரு அல்லது மூன்று குழந்தைகளைப் பெற்றுக் கொண்டு பிரச்சனைகள் குறுக்கிடாமல் இருந்தால் உன் வாழ்க்கை ஒரு நேர் கோடாகப் போயிருந்திருக்கும். ஆனால் இதையும் நான் அழுத்தமாகச் சொல்ல முடியவில்லையே! ஒன்றைப் பெற வேண்டுமென்றால் வேறு பலவற்றை இழக்க வேண்டி வரும்! நீ சிரிப்பாய்! அது எனக்கும் தெரியும்! ஆனால் சுசீலா, யாருடைய வாழ்க்கையில் தான் பிரச்சனை இல்லை ஆனால் நீ

சொல்வாயாக! இருக்கலாம்? என்னுடைய அதிருப்தியைத் தேர்ந்து கொள்ள எனக்குச் சுதந்திரம் இல்லையா என்று? யார் இல்லை என்று சொன்னது?

ஆனால் சுசீலா, உன்னில் எது என்னைக் கவர்ந்தது? முதலில் நின் உருவம். உருவு கண்டு எள்ளாமை வேண்டுமென்பது வள்ளுவன் வாக்கு. இதை ஏன் சொல்கிறேன் என்றால் உன்னை உனக்கு அறியாமைலேயே பலருக்கு "இதுதான் சுசீலா" என்று அறிமுக படுத்தியிருக்கிறேன் பலரும் "இவளா?" என்று ஒருவித ஏமாற்ற உணர்ச்சியுடன் என்னைக் கேட்டார்கள். ஆனால் என்னைப் பற்றிய வரை வேறு எதையோ அடைய நீ ஒரு உபாதியாகவே இருந்திருக்கிறாய் இருக்கிறாய்! இருந்து கொண்டே இருப்பாய். உன்னிடம் ஒன்று என்னை விஷேசமாய்க் கவர்ந்தது. நீ ஒரு பொழுதும் அசட்டு உணர்ச்சிகளுக்கு இடங்கொடுத்ததில்லை போலவே, எல்லைகளைப் பற்றி எச்சரிக்கையாகவே இருந்து கொண்டிருக்கிறாய். கம்பன் தான் என நினைக்கிறேன் - நான்தான் முறையாகத் தமிழ் படிக்கவில்லையே ஒரு இடத்தில் ஜானகியைப் பற்றி பேசுகையில் "சனகன் என்ற அன்னத்தை என் ஆவியை" என்று கூறுகிறான். உனக்குத் தெரிந்திருக்க நியாயமில்லை உண்மை என்னவென்றால் நீ என்னுடைய ஆவியுடன் ஆவியாகக் கலந்து விட்டாய். இதை படிக்கும் பொழுது உனக்கு இதெல்லாம் வேடிக்கையாகவே இருக்கும். சுசீலா, உண்மையாகவே சொல்கிறேன். தமிழ் பெருங்கணக்கில் கூட முதல் எழுத்தான அகரம் என்பது என் சொந்த அகராதியில் "அருவம்" என்றுதான் கணக்கிடப்படுகிறது. உன் உருவத்திலும் உன் அருவத்தை தான் காண விழைகிறேன். என் உற்ற சிநேகிதர் சிலருக்கு நான் ஒரு சித்தபிரமை பிடித்தவனோ என்று தோன்றாமல் இருந்ததில்லை. ஒரு வேளை அது அப்படித்தானோ என்னவோ என்று என்னையே நான் கேட்டுக் கொள்கிறேன்.

என் நிலை அது. உன்னைப் போல் சமன நிலையை என்னால் அடைய முடிவதில்லை. அதனால்தான் என்னவோ உன்னை சுற்றியே என் பிரக்ஞை எப்பொழுதும் வட்டமிட்டு கொண்டிருக்கிறது. சற்றே இதைக் கவனமாகப் படி. என் நாவல் ஒன்றைப் படித்த ஒரு நண்பர் - அவரும் ஒரு எழுத்தாளர் - உன் போட்டோ ஒன்று இருந்தால் எனக்கு அனுப்பி வைக்குமாறு கேட்டிருந்தார். இதைப் பற்றி நீ என்ன நினைக்கிறாய்? மாத்திரமல்ல - என் வாழ்க்கையில் அருகில் இருப்பவர்கள் வெகு தொலைவில் இருப்பவர்களாகவும், வெகு அருகில் இருப்பவர்களாகவும், மேல் மட்டத்தில் இருப்பவர்கள் கீழ்மட்டத்தில் இருப்பவர்களாகவும், கீழ்மட்டத்தில் இருப்பவர்கள் மேல் மட்டத்தில் இருப்பவர்களாகவும் என்னை பாதித்திருக்கிறார்கள். இன்னும் மேலே சென்று ஒன்று சொல்லலாம் என்று நினைக்கிறேன்.

(செத்தவர்கள்தான் உயிருடன் இருக்கிறவர்கள் என்ற பிரமையிலிருந்து என்னை என்னால் விடுவித்துக்கொள்ள முடியவில்லை,

அதனால் தான் நானும் குட்டி கிருஷ்ணனைப் போல் எப்பொழுதும் புஸ்தங்களைப் படித்துக் கொண்டிருக்கிறேன். இதனால் பல பிரதிகூலங்கள் ஏற்படுகின்றன என்றாலும் அனுகூலங்களும் இல்லாமல் இல்லை. சமீபத்தில் குட்டி கிருஷ்ணன் சொன்னதின் பேரில் சிதம்பரத்தில் உள்ள நடராஜர் கோவிலுக்குப் போயிருந்தேன். குட்டி கிருஷ்ணன் சொன்னான். வேறு எதற்கும் இல்லை. அங்குள்ள சிற்பங்களைப் பின் அருவமாக வேறொன்று வேலை செய்தது என்பது எனக்குத் தெரியும். அதைப்பற்றி பின்னர் சுசீலா, உனக்குத் தூக்கம் வருகிறதா? இப்படியெல்லாம் நான் எழுதுவது உனக்கு ஆச்சரியமாக இருக்கும்.

ஆனால் சுசீலா, அருவமே உருவமாகும் தருணங்கள் உண்டு என்று வைத்துக் கொள். அத்தகையை தருணங்கள் மகத்தானவை, கோவிலுக்குள் வந்த குட்டி கிருஷ்ணன் ஒரு பிரகாரத்தில் பெரிய கண்ணாடியைக் காட்டி இந்த கண்ணாடி முன் நின்ற நாராயணகுரு இந்த கண்ணாடியில் தான் நான் கடவுளைக் காண்கிறேன் என்றாராம், அவர் எந்த அர்த்தத்தில் இதைச் சொல்லியிருப்பார் என்பதில் எனக்குச் சந்தேகமே இல்லை. ஆனால் குட்டி கிருஷ்ணன் அதை எப்படிப் பார்த்திருப்பான் என்பதிலும் எனக்குச் சந்தேகமாகவே இருக்கிறது. (நான், கோவிலக்குப் போகும் பழக்கம் இல்லாவிட்டாலும்) மனச் சாந்திக்கு வேண்டிக் கோவிலுக்குச் செல்கிறேன் என்று சொல்ல நாம் ஏன் வெட்கப்பட வேண்டும். எவ்வளவோ வெட்கப்பட வேண்டிய விஷயங்களுக்கெல்லாம் நாம் வெட்கப்படுவதில்லை என்ற நிலையில்! ஆனால் குட்டி கிருஷ்ணனைப் பற்றி ஒன்றும் முடிவாகச் சொல்வதிற்கில்லை .

கோவில் குளத்தின் அருகில் அந்நேரம் அப்பொழுது நான் சொல்லி வைத்தேன். சிவன் கோவிலுக்கு வந்தால் அதை விட்டு போவதற்கு முன் சற்று நேரம் உட்கார்ந்து விட்டுப் போக வேண்டும். இல்லாவிடில் பூத கணங்கள் நம்மைத் தொடரும் என்று ஒரு ஐதீகம் என்றேன். குட்டி கிருஷ்ணன் ஒரு பிடி பொறி வாங்கி மீனுக்குப் போடுங்கள் என்றான். குட்டி கிருஷ்ணன் ஒரு பிடி பொறி வாங்கினான். பிறகு என்னைப் பார்த்து, "நீங்கள் சொன்னது சரிதான். இங்கு சற்று நேரம் உட்காரலாம்" உட்கார்ந்தான். பொறியைச் சிறிது சிறிதாகக் குளத்தில் தூவினான். அவன் போடப்போட குளத்தின் அடியிலிருந்து மீன்கள் டக்டக் கென்று மேலெழும்பி பொறியை லபக்கென்று விழுங்கிவிட்டு அடுத்த வினாடி நீருக்குள் மறைந்தன. குட்டி கிருஷ்ணனுக்கு ஒரே உற்சாகம். எனக்கு கூட ஒரு விடுபட்ட நிலை கடவுள் மீனாகவும் வந்து நம்மை உற்சாகப் படுத்துகிறார் என்றுதான் எனக்குத் தோன்றியது. மறுபடியும் நாங்கள் நடந்தோம்.

போகும் வழியில் அறுபத்து மூன்று நாயன்மார்களின் சிலைகள் உள்ள இடம் என்று ஒரு நினைவு. ஒருவர் அவர் சுற்றிலும் இருந்த சிலரிடம் "இதுதான் மையம்" என்றார். எனக்கு என்னவோ அந்த வார்த்தை என் உள்ளத்தில் ஆழமாய் பதிந்தது.

அவர் சொன்ன விளக்கம் அந்த இடத்தில் இருந்தால் கோயிலின் நான்கு கோபுரங்களையும் பார்க்கலாம் என்றார். என்னவோ அர்த்தமில்லாமல் ஒரு நினைவு சிதம்பரம்தான் பிரபஞ்சத்தின் மையம் என்றும் அங்கு தான் சில தாண்டவம் நடைபெறுகிறது என்றும். எது எப்படியானலும் வாழ்க்கைக்கே ஒரு மையம் வேண்டும். நடுவில் ஒன்று.

என் சுசீலா உன்னை எப்பொழுதுமே பார்த்துக் கொண்டே இருக்க வேண்டும் என்ற இந்த உள் நாட்டம் என் எதிரில் இல்லா விட்டாலும் என் உள் நீ இருக்கிறாய். எழுத்துதான் என் மையம் என்பது உனக்குத் தெரியும் தானே! பல வழிகளில் நான் ஒரு செல்லாத நாணயமாகி விட்டேன் என்றாலும், இதே எழுத்து இருக்கிற வரை... நான் வாழ்க்கையைக் கடந்து விடுவேன். மையம் என்றால் அகமா, புறமா, உள்ளா, வெளியா அல்லது ஒரு எல்லையற்ற உள் வெளியா? உண்மையாகவே சொல்கிறேன் இங்கு நான் தடுமாறுகிறேன். பலரும் என்னிடம் கேட்டிருக்கிறார்கள், எப்பொழுதும் சுசீலா, சுசீலா என்று எழுதுகிறீர்களே, யார் இந்தச் சுசீலா? எனக்கு என்ன பதில் கூறுவது என்று தெரியவில்லை. இரவு இரண்டு மணிக்கு நான் இதை எழுதிக் கொண்டிருக்கிறேன் வயதாகிவிட்டால், தூக்கம் வரவில்லை என்பது ஒரு காரணமாக இருக்கலாம்.

(முதன் முதலில் இந்தப் பெயர் என்னைக் கவர்ந்தது என் நினைவு சரி என்றால் "மௌனி"யின் ஒரு கதை மூலம் என்று நினைக்கிறேன், ஏன் ஒரு கதை என்று சொல்ல வேண்டும் நினைவுச் சுவடு? பிரக்ஞை, வெளி, என்ற கதைகளில் அவள் வருகின்றாள். குடை நிழலில் மிஸ்ஜோன் ஆகவும், "சாவில் பிறந்த சிருஷ்டி"யில் கௌரியாகவும் அவள் தோற்றம் கொள்கிறாள். ஒரு கதையில் சுசீலா மனைவி இன்னொன்றில் அவள் ஒரு விலைமாது. வருஷங்களுக்குப் பிறகு தன் மூலம் உருக்கொண்ட சுசீலாவின் வழியாகத் தன் பெண் காந்தாவைத் திரும்பிப் பார்க்காமலேயே சேகர் செல்கின்றான். ஆண் பெண் உறவு மூலம் "மௌனி" எதைச் சொல்கிறார். அல்லது சொல்ல முயற்சிக்கிறார்? நண்பர் சீனிவாசனைப் பார்க்கும் பொழுதெல்லாம் நீங்கள் தானே ராமநாதன் என்று கேட்கிறேன் தடுமாறுகிறேன் என்று தெரிந்தும் எவ்வளவு தூரம் என் உள் உலகில் மாட்டிக் கொண்டு விட்டேன்.

இதைத்தான் "மௌனி"யின் பாத்திரங்கள் சொல்கின்றனவா? அம்மா தான் சொல்வாள் - எல்லாவித உறவுகளுமே சிக்கல்களைத்

தான் சிருஷ்டிக்கின்றன. "மௌனி"யின் ஒரு துறையில் விஷ்ணு வெளியில் செல்ல பிரம்மா தன் தொழிலை வேகமாகச் செய்கின்றான். சிவன் அவள் சிருஷ்டி செய்யச் செய்ய விழித்துக் கொண்டே இருக்கிறான், பிறகு அவன் சிருஷ்டி செய்வதற்கு முன்னேயே அழிக்கத் தொடங்குகிறான். தன்னுடன் தானே இருக்க முடியாத அவஸ்தையில் மனிதன் ஒரு துணையை நாடுகிறான். அதனால்தான் "வாழ்க்கைத் துணை" என்ற வார்த்தைக்கே ஒரு அர்த்தம் வந்து விடுகிறது. பாத்திரம் எப்படி இருந்தாலும் அது போகட்டும். என்னுடைய பல கதைகளில், நாவல்களில் சுசீலா வந்து கொண்டும் போய்க் கொண்டும் இருப்பாள். அப்பொழுதெல்லாம் நான் இருக்கமாட்டேன். அப்படியென்றால்? எப்பொழுதும் எப்பொழுதும்

என்னை எழுத்துக்கள் வசீகரிக்கின்றன.

என்னுள் எனக்கென்றே ஒரு அகராதி இருக்கிறது. "ச" என்ற எழுத்தை நான் உச்சரிக்கையில் எனக்கு உடன் ஞாபகத்திற்கு வருவது "சா" என்ற ஓரெழுத்து ஒரு சொல். அதை அடுத்து வரும் "சீ" என்பது இப்பொழுது நான் கடந்து சென்று கொண்டிருக்கும் அனுபவ யாத்திரையில் "சாவே, நீ சீக்கிரமே வா" என்ற சொல் தொடர்பாக உருக்கொள்கிறது. ஏன் என்றால் சாவில் தான் சாசுவதம் நிலை கொள்கிறது. செத்துக்கொண்டு தான் வாழ்ந்து கொண்டிருக்கிறேன். அப்படியென்றால் "வா?" விலை. இவ்வுலகு கம்பன் கூறிய மாதிரி ஒரு அலகிலா விளையாட்டு. சுசீலா இதெல்லாம் உனக்குத் தெரியுமா? ஆனால் உனக்கு வேண்டியவை வைரத்தோடுகளும் பட்டுப் புடவையும் தானா? நீ சிரிப்பாய். அது எனக்குத் தெரியும்.

சாளரம்.

"அசுவத்தம் என்று ஒரு மரம்..."

ராமுவை ஒரு வாரமாகக் காணவில்லை என்ற காரணத்தால் அன்று காலை 9 மணிக்கு நான் அவனைக் காணச் சென்றேன். ராமு தனியாக ஒரு சிறுவீட்டில் இருந்தான். அவன் பெற்றோர்கள் வெளியூரில் (அவனைப் போல் சொல்வதென்றால் தங்களுக்குள்ள, காலே அரைக்கால் நிலத்தை மேற்பார்வை பார்த்துக் கொண்டு) இருந்தார்கள். இவன் இந்த ஊரில் லட்சுமி விலாசம் பாங்கில் அஸிஸ்டண்ட் காஷியராக வேலை பார்த்து வந்தான். அவனுக்குக் கல்யாணம் ஆகவில்லை. இலக்கியப் பித்தன். இலக்கியத்தைப் பற்றிப் பேச ஆரம்பித்தால் பேசிக் கொண்டே இருப்பான். கொஞ்ச நாட்களாக அவன் ஒரு மாதிரி இருந்தான். அதிகமாக ஒருவருடனும் பேசுவது கிடையாது, எதையோ இழந்து விட்ட ஒரு உணர்ச்சி. மூன்று நாள் முன் நடந்ததை நேற்று நடந்ததாகச் சொல்வது, எளிதில் நினைவிற்கு வரக்கூடிய விஷயங்களைக் கூடச் சிரமப்பட்டு ஞாபகத்திற்குக் கொண்டு வருவது, ஆட்களின் பெயரை மறந்து விடுவது, இப்படியாக அவன் இருந்தான். இதற்கிடையில் அவன் கொஞ்ச நாட்களாகத் தன் மனதில் ஒரு விபரீத ஆசை தோன்றி வருவதாக வேறு கூறி வந்தான். நான் பயத்தினால் அது என்ன என்று அவனைக் கேட்கவில்லை. இப்படிப்பட்டவனைக் காணத்தான் நான் சென்றேன். என்னைப் பற்றியும் நான் சொல்லி விடுகின்றேன். என் பெயர் ஈசான தேசிகன். கையில் கொஞ்சம் முதல் உண்டு. கிருகஸ்தன் என்றாலும் ஒரு வகையில் நானும் தனி ஆள்தான். எனக்கும் சில சமயம் பைத்தியக்காரத் தனமான நினைவுகள் தோன்றுவதுண்டு. இலக்கியப் பித்தனும்தான். நாலு பெரிய மனிதர்கள் வீட்டில் ட்யூஷனும் ஒரு ஹைஸ்கூலில் ஆசிரியர் வேலையும் நான் பார்த்து வருகிறேன்.

ராமு வீட்டின் கதவு திறந்திருந்தது. உள்ளே சென்று அவன் அறைக்குச் சென்றேன். அவன் அறைக்கதவும் திறந்திருந்தது... ஜன்னலுக்குப் பக்கத்தில் போட்டிருந்த கட்டிலின் ஓரத்தில் ஒரு விளிம்பின் நடுவில்

உடம்பை ஒட்டிச் சேர்த்துக் கொண்டு உட்கார்ந்திருந்தான். அவன் முகம் பீதியில் கோணியிருந்தது. ஒருவனுடைய முகம் பயத்தால் இப்படி அடியோடு மாறும் என்பதை அப்பொழுதுதான் நான் முதல் தடவையாகப் பார்த்தேன். அவன் மெல்ல மெல்லத் தான் இருந்த இடத்தில் நகர்ந்து கொண்டிருந்ததைப் பார்த்தால் அவன் யாரைக் கண்டோ பயந்து கொண்டு தள்ளிப் போய்க் கொண்டிருந்ததாகவும், இவன் நகர நகர அந்த ஆளும் சாவதானமாக அவனுடன் நகர்ந்து கொண்டிருப்பதைப் போன்ற ஒரு பிரமை எனக்குத் தட்டியது. ஆனால் அவன் அருகில் ஒருவரும் இல்லை. அவன் என்னைப் பார்த்ததாகவே தெரியவில்லை. திடீரென்று அகஸ்மாத்தாக வெளியில் யாரோ "அவன் போய்விட்டாண்டா" என்று சொன்னது கேட்டது. இதைக் கேட்டதும் ராமுவின் முகம் கனவிலிருந்து கலைந்ததைப் போலச் சுயநிலைக்கு வந்தது. என்னை அப்பொழுதுதான் பார்த்தவன் போல் "நீ எப்பொழுது வந்தாய்? உள்ளே வா" என்றான். நானும் ஒன்றும் சொல்லாமல் உள்ளே போனேன். அவன் வெள்ளையில் நீலக்கோடு போட்ட ஒரு பைஜாமாவும், தொள தொள என்ற ஒரு ஜிப்பாவும் அணிந்திருந்தான். பால் வடியும் களை பொருந்திய முகம். பார்ப்பதற்கு வேடிக்கையாக இருந்தது. அவன் முகத்தில் மீண்டும் சற்றுக் கலவரம் காணப்பட்டது. என்னிடம் "எனக்கு இங்கு இருக்கப் பிடிக்கவில்லை. வெளியே போய் வெட்டிவேர் ட்யூட்டோரியலில் சென்று நம் சிநேகிதன் சிவராமனைப் பார்க்கலாம்" என்றான். நான் சரி என்றேன்.

நீங்கள் என்ன நினைக்கிறீர்கள் என்று எனக்குத் தெரியும். ஆனால் உண்மையாகவே எங்கள் ஊரில் வெட்டி வேர் ட்யூட்டோரியல் காலேஜ் என்று ஒன்று இருக்கிறது. செல்லுகையில் ராமு அடிக்கொரு தடவை பின்னாடி தன்னை யாராவது தொடர்ந்து வருகிறார்களா என்று பார்ப்பது போலத் தோன்றியது. ஆனால் அவனைத் தொட்டாற் போல் நான்தான் போய்க் கொண்டிருந்தேன். ட்யூட்டோரியலுக்குப் போய்ச் சேர்ந்தோம். சிவராமன் தன் நாற்காலிக்குப் பின்னால் வைத்திருந்த போனை வலது கையால் பிடித்துக் கொண்டு யாரோ பேசுவதைக் கேட்டுக் கொண்டிருந்தான். எங்களைப் பார்த்ததும் முக்கியமாக ராமுவைக் கவனித்ததை நான் பார்த்தேன், அவனுக்கும் விஷயம் தெரியும். இடது கையால் சைகை காட்டி உட்காரச் சொன்னான். நாங்கள் உட்கார்ந்தோம். அவன் பேசி முடித்து விட்டு எங்களுடன் பேசத் தயாரானான். ஆனால் ராமுவின் முகம் இப்பொழுது சிவந்து கொண்டிருந்தது. அவன் திடீரென்று எங்கள் இருவரையும் நோக்கி நாம் பேசிக் கொண்டிருக்கும் பொழுது இந்த ஜன்னலுக்கு வெளியே ஒருவன் அவசரமாகச் சென்று மறைவதை நீங்கள் காணவில்லையா? இன்று காலையிலிருந்து இவன் தொந்தரவு பொறுக்க முடியவில்லை என்று சொல்லிக் கொண்டே அவன் வெளியில்

சென்றான். அதற்குள் அங்கு வேறு யாரோ வரவே அவன் பேச்சு தடைப்பட்டது. நான் சிவராமனைப் பார்த்தேன். ராமு எனக்காக வெளியில் காத்துக் கொண்டிருந்தான். சிவராமன் சொன்னான் "கொஞ்ச நாட்களாக இங்கு நான் தனியாக இருக்கும் பொழுது எல்லாம் வந்து குடும்பக் கவலை, உத்தியோகம் பார்க்கும் இடத்தில் தகராறு, என்று என்னவெல்லாமோ பேசிக் கொண்டிருப்பான். நடுவில் பேசுவதை நிறுத்தி விட்டு என்னை உற்று உற்றுப் பார்ப்பான். தங்கமான பையன். இப்படியெல்லாம் வரவேண்டாமாயிருந்தது. ஆனால் நீ அவனிடம் பயந்ததாகக் காட்டிக் கொள்ளாதே. அவன் இஷ்டப்படி விடு. அவன் வீட்டிலிருந்து கூட நாளைக்கோ அதற்கு அடுத்த நாளோ அவன் தகப்பனார் வரப்போகிறார். முன் கூட்டியே ஆஸ்பத்திரியில் ஏற்பாடு செய்தாகி விட்டது. அந்த மனுஷனுக்கு இந்த வயசில் இந்த அனுபவம் வேண்டாமாயிருந்தது. ஆனால் ராமு அங்கொன்றும் இங்கொன்றுமாக வார்த்தைகளை உதிர்த்ததிலிருந்து அவர்தான் இதற்கெல்லாம் காரணமாக இருக்கலாமோ என்று ஊகிக்க இடமிருக்கிறது. நம்ம தலைமுறையே ஒரு இரண்டுங் கெட்டான் நிலையில் கிடந்து தவிக்கிறது. ஒருவரையும் குற்றம் சொல்வதற்கில்லை. போய் விட்டு வா. ஆள் வேண்டுமானால் அழைத்துப் போ" என்றான். நான் வேண்டாமென்று எனக்காகக் காத்துக் கொண்டிருந்த ராமுவிடம் போனேன். சிவராமன் ட்யூட்டோரியலிலிருந்து திரும்புகையில் மாலை ஆறு மணி ஆகும் என்று எனக்குத் தெரியும். நல்ல மனுஷன். அவனும் இப்பொழுது கஷ்டப்படுகிறான்.

எனக்கு முன்னால் ராமு போய்க் கொண்டிருந்தான். அவனைத் தொட்டாற் போல் நான் போய்க் கொண்டிருந்தேன். அவன் நடந்து கொண்டே விடாமல் பேசிக் கொண்டே போனான். ஒரு வீட்டின் முன்னாடி ஒரு கிழவர் தன் பேரக் குழந்தையைக் கழுத்தில் தொட்டுத் தடவிக் கொஞ்சிக் கொண்டிருந்தார். ராமு என்னிடம் வந்து "பாருடா, இந்த அநியாயத்தை . பட்டப் பகலில் இந்த அப்பன் தன் மகன் மென்னியை முறிப்பதை பார்க்கிறவர்கள் எல்லாரும் அவன் அதை வாளிப்பதாக நினைக்கிறார்கள். வயது வந்து வளர்ந்தால் எங்கே தன்னைத் தவிக்க விட்டுப் போய் விடுவானோ என்று இப்பொழு திலிருந்தே சூழ்ச்சி. அந்தப் பிஞ்சுக் குழந்தையின் ரத்தத்தை இவன் உறிஞ்சிக் குடிக்கிறாண்டா . ஏண்டா ரத்தம் உப்புக் கரிக்குமாமே. நீ டேஸ்ட் பண்ணிருக்கயாடா?"

நான் சிவராமன் சொன்னதையும் மறந்து விட்டு "ராமு, இதெல்லாம் என்னடா பேச்சு? பேசாமல் வா'' என்றேன்.

"உனக்கு ஒண்ணும் தெரியாதுடா. ஒவ்வொருத்தனும் என்னைத் தொலைக்கணும் என்று கச்சைக் கட்டிக் கொண்டு நிக்கறாண்டா; உனக்குத் தான் தெரியுமே சுசீலாவை எவ்வளவு பாடுபட்டுச் சம்மதிக்கச்

செய்தேன் என்று. சரி என்று சொன்னவுடன் அப்பாவிடம் போய்ச் சொன்னவுடன் அவர் ராமு பேத்தாதே உனக்கு உடம்பு சரியா இல்லை, உனக்கு உடம்பு சரியாகட்டும். நானே நல்ல இடமாப் பார்த்துச் செய்யறேன்டா'' என்றார்.

"நான் விடவில்லை. சுசீலா இல்லாட்டா வேண்டாம். அவகூட என் கழுத்தறுப்புப் பொறுக்க முடியாம என்னைக் களைவதற்காக இப்படிச் சொன்னாளோ என்னவோ, ஆனால் மரகதம் நான் வெளிலே போற போதெல்லாம் எனக்கு முன்னாடி வந்து நிற்கறாப்பா ஏழையாயிருந்தா என்னப்பா' என்றேன். அதற்குள் அம்மா அழுகிறது. எனக்குக் கேட்டது. அப்பா என்னைச் சமாதானப் படுத்தி என்னை என் உள்ளிற்கு அழைத்துக் கொண்டு போய் மருந்து கொடுத்தார்'' பேச்சு நின்றது.

எனக்குச் சிவராமன் சொன்னது தவறு என்று பட்டது. இவனை ஏன் இன்னும் உள்ளே தள்ளாமல் இவன் தகப்பனார் வைத்திருந்தார் என்று எனக்குத் தோன்றியது. "சிவராமன் சொன்னான். இல்லேடா நம் முன் தலைமுறை நம்மைவிட அழுத்தம் ஜாஸ்தி. இவனுக்கு வியாதி இன்னும் முற்றவில்லை. இப்படியெல்லாம் எப்பொழுதாவதுதான் பேசுகிறானாம். மேலும் சம்பாத்தியம் நின்றுவிடும் என்ற நினைவும் இருக்கலாம் அல்லவா?'' என்றான். என்னைத் தொட்டாற் போல் ராமுவும் நடந்தான். அவனும் நினைத்துக் கொண்டிருக்கலாம். "எங்கள் இருவரில் யாருக்கு இப்பொழுது உடம்பு சரியாக இல்லை" என்று.

மறுபடியும் வெட்டி வேர் ட்யூட்டோரியல் தெருவை விட்டு ஸ்டேஷன் பக்கம் போய்க் கொண்டிருந்தோம். திடீரென்று ராமு "டேய், அதோ பாருடா சுசீலா நிற்கிறாள். வேண்டுமென்றே நம்மைப் பார்த்தும் பார்க்காத மாதிரி அவள் நிற்கிறதைப் பாரேன். அவளால் தாண்டா இப்படியெல்லாம் நடந்து கொள்ள முடியும். "நான் பார்த்த பொழுது எதிர் வீட்டில் ஒரு கொடியில் கட்டியிருந்த ஒரு நீலப்புடவைதான் காற்றில் படபடத்துக் கொண்டிருந்தது. அவனை அங்கிருந்து கிளப்புவதற்குள் என் பாடு திண்டாட்டமாகி விட்டது. வந்தவன் "என்ன கர்வம் இப்படிப் பெண்களுக்குக் கூடாது'' என்று முணுமுணுத்துக் கொண்டே வந்தான்.

ஒரு வெற்றிலை பாக்குக் கடைமுன் நின்றான். தாகத்திற்கு ஸ்பென்ஸர் லெமன்ஜியூஸ் அண்ட் ஸோடா வேண்டுமென்றான். ஒரு பெரிய டம்ளரில் புட்டியை உடைத்துக் கடைக்காரன் பானத்தை விட்டான். இன்னொரு புட்டியையும் உடைத்து விடும்படி கூறினான். கடைக்காரன் என்னைப் பார்த்தான். நான் கண்ணாடி டம்ளர் கொள்ளும் வரை விடும்படிச் சொன்னேன். குடித்ததும் அவனுக்கு ஒரு தெம்பு வந்தது. மறுபடியும், உற்சாகமாகப் பேச ஆரம்பித்தான். அப்பொழுது அவன் பேசியது எனக்கு முற்றிலும் வியப்பை அளித்தது.

அவன் சொன்னதை சொல்லும் முன் நான்தான் ஸ்கூலில் வேலை பார்த்து வந்தேன் என்பதையும், என் பிரமோஷன் விஷயமாக எனக்கும் ஹெட்மாஸ்டருக்கும் கொஞ்சம் பேச்சு நடந்தது என்பதையும் இதை நான் அவனிடம் பிரஸ்தாபித்திருக்கிறேன் என்பதையும் கூற விரும்புகிறேன். "டேய், உன்கிட்டச் சொல்வதற்குக் கூட வெட்கமா இருக்குடா. ஆனா இவ்வளவையும் சொல்லி விட்டு இதை மாத்திரம் ஒளிப்பானேன். அன்று ஹெட்மாஸ்டர் தனியாக இருக்கும் பொழுது அவர் அறைக்குச் சென்றேன். டேய், அவர் அறையை நீ பார்த்திருக்கிறாயா? அவர் ஆசனத்திற்கு அருகில் குடை ஸ்டாண்டு போல் ஒரு ஸ்டாண்ட் இருக்கிறது. அதில் ஒரு முதல் தரமான சூரல் பிரம்பு இருக்கிறது. நான் பேச்சை ஆரம்பித்ததும் அவர் பிரம்பை உருவியெடுத்து டேய், பிச்சை (அவர் என்னை பிச்சை என்று கூப்பிட்டார்டா) இனிமேல் நீ பிரமோஷன் கேட்டால் பிரம்படிதான் என்றார். நான் ஸார், ஸார் அடிக்காதேங்கோ இனிமே இந்தப் பேச்சையே எடுக்க மாட்டேன் என்று சொல்லிக் கொண்டே வெளியே வந்து விட்டேன். அப்புறம் நான் அவரிடம் போகவே இல்லேடா. இதைச் சொல்லி விட்டு அவன் என் முகத்தைப் பரிதாபமாகப் பார்த்தான். என்னையும் அறியாமல் என் மனதில் ஊசி குத்தினாற் போல ஒரு வேதனை.

ஆனால் அவன் பேச்சிற்கு ஒரு எல்லையே இல்லை போல் தோன்றியது. தூரத்தில் கதரணிந்து ஒரு அழுத்தந்திருத்தமான உருவம் எங்களைத் தாண்டி மறைந்தது. இவன் ஆரம்பித்து விட்டான். 'டேய், பார் 'நட்சத்திரத்தின் ஆசிரியர் போகிறார். அவர் சொல்வது எனக்குச் சரி என்று படுகிறது. சங்க காலத்திலிருந்து சாகும் காலம் வரை கவிதையில் படிமம் தான்டா முக்கியம். நான்கூட மூன்று கவிதைகள் எழுதியிருக்கேன் வாசிக்கட்டுமாடா? சுசீலாவுக்குக் கூட இந்தக் கவிதைகள் பிடித்ததுடா.'

தலைக்கு மேல் போன பிறகு ஜலம், சாண் ஏறினால் என்ன, முழம் ஏறினால் என்ன என்ற நினைவுடனும், இந்த நிலையில் எழுதும் கவிதை எப்படியிருக்கும் பார்க்கலாமே என்று நான் மௌனமாகத் தலை அசைத்தேன்.

அவன் நிதானமாகத் தீர்க்க உச்சாடனத்துடன் வாசித்தான்.

"நாதன் முடி மேலிருக்கும் நாகப்பாம்பு
என்னை மோகித்துக் கட்டித் தழுவி
முத்தமிட்ட அந்நேரம் அருகிருந்து
தேம்பித் தேம்பி அழுத குழந்தையது
விழுந்து விழுந்து சிரித்தது என்று
சொல்லடி குதம்பாய்"

"எப்படி?" என்றான்.

"அடுத்த பாடல்?" என்றேன்.

"பாட்டு மணலில்
ஒற்றை மாட்டு வண்டியில்
கட்டழகியை இவன்
கட்டித் தழுவுகையில்
எட்டி உள்ளே பார்த்த
பட்டாளத்துச் சிப்பாய் அவன்
செத்த சவமாய் விழுந்தாண்டி

என்று கூறு குதம்பாய்" மேலும் அவன் சொன்னான். ஆனால் இந்தக் கடைசிப் பாடல்தான் தத்துவமாக அமைந்திருக்கிறது பாடினான்.

"தசரதன் ஆசை மனைவி
கைகேயி
அவள் மகன் பரதன்
சரி தன் மறுபுறம்
தவறு என்று ஆதிக் குயவன்
அமைத்தான் என்று கூறடி குதம்பாய்"

இதிலெல்லாம் படிமம் எங்குப் பொட்டித் தெறித்தது என்று நான் கேட்க வில்லை. இவன் நிலை என்னை ஒரு ஆழ்ந்த வியாகுலத்தில் ஆழ்த்தியது. பீச் பஸ்ஸில் ஏறி கடல் கரைக்குச் சென்றோம். இம்மாதிரியெல்லாம் நிகழும் முன் கடல் நீலம் என்று அவன் எழுதிய பாடல் என் நினைவிற்கு வந்தது.

கடலின் கம்பீரத் தோற்றம் அவன் மனதிற்கு ஒரு சாந்தம் அளித்திருக்க வேண்டும். மேலும் களைத்திருந்தான். மெதுவாகப் பேச ஆரம்பித்தான். தேசிகா, நீ என்ன நினைக்கிறாய் என்று எனக்குத் தெரியும். எப்படி இருந்தவன் எப்படி ஆகிவிட்டான் என்று நினைக்கிறாய் அல்லவா? நாலு பக்கத்திலிருந்தும் பிரச்னைகள் என்னை இடித்துத் துளைக்க ஆரம்பித்தன. எனக்கே காலம், காரணம், கரணம் எல்லாம் பிசகுவதாக நிழலாடத் தொடங்கியது. உன்னிடமும் சிவராமனிடமும் மனம் விட்டுப் பேசினேன். அதற்கு அடுத்த கட்டத்தில் பிறரிடம் அத்தியந்த நண்பர்களிடம் கூடச் சொல்லக் கூட முடியாத நிலைமை ஏற்பட்ட பொழுதுதான் தனக்குத்தானே பேசிக் கொள்ள ஆரம்பித்தேன். இடைவிடாமல் முதலில் லேசாக ஆரம்பித்த தலைவலி பலமாகவும், இரவு சற்றும் தூக்கமில்லாமலும் ஆகவே... இடைக்கிடை இப்படி யெல்லாம் ஆகிவிடுகிறது. நமக்கு எட்டிச் சற்றுத் தொலைவில் அவன் உட்கார்ந்து கொண்டிருக்கிறான்.

நம்மைப் பார்க்காத மாதிரி நம்மையே பார்த்துக் கொண்டிருக்கிறார்கள். நாம் போகலாம் என்றான். இருந்தாலும் எங்களருகில் யாருமில்லை. அவனைத் தொட்டாற் போல நான்தான் இருந்தேன்.

அவனை அவன் அறையில் விட்டுவிட்டு அவன் உறங்கினதும் பக்கத்தில் வீட்டில் உள்ளவர்களிடம் பார்த்துக் கொள்ளச் சொல்லும்படி சொல்லிவிட்டு நான் வீடு திரும்பினதும் இரவு மணி 12.

அடுத்த நாள் மாலை அங்குச் சென்றதும் அவனை ஆஸ்பத்திரியில் சேர்த்து விட்டதாகத் தெரிந்தது சாதாரணச் சாவைவிட மனதின் சாவுதான் எனக்குப் பயங்கரமாகப்பட்டது. ஏனென்றால் அப்பொழுது சாவு நம் கண்முன் உயிருடன் உலாவுகிறது. அவன் தகப்பனார் அவன் அறையிலிருந்தார். அவர் என்னைப் பார்த்ததும் அவர் முகம் கடுத்ததும் சிவராமன் கூறியது கூட உண்மையாக இருக்குமா என்று என் உள்ளத்தில் ஒரு சிறிய சந்தேகம் தட்ட ஆரம்பித்தது. நான் வீடு திரும்பினேன். எனக்கு லேசாகத் தலையை வலித்தது.

இலக்கிய வட்டம், 1964.

●